चला जाणून घेऊ या!

ध्यानसाधना

लेखक

विकास मलकानी

अनुवाद

साधना सराफ

मेहता पब्लिशिंग हाऊस

All You Wanted To Know About
Meditation
originally Published by
Sterling Publishers Pvt. Ltd.,
New Delhi.

चला जाणून घेऊ या! ध्यानसाधना

अनुवाद : साधना सराफ

मराठी अनुवाद व प्रकाशनाचे हक्क मेहता पब्लिशिंग हाऊस, पुणे.

प्रकाशक : सुनील अनिल मेहता, मेहता पब्लिशिंग हाऊस,
१९४१, सदाशिव पेठ, माडीवाले कॉलनी, पुणे - ३०.

मुद्रक : मुद्रा, ३८३, नारायण पेठ, पुणे - ४११०३०.

मुखपृष्ठ : मेहता पब्लिशिंग हाऊस, पुणे

प्रथमावृत्ती : सप्टेंबर, २००७ / नोव्हेंबर, २००९ /
सप्टेंबर, २०१३ / पुनर्मुद्रण : मार्च, २०१८

किंमत : ₹ ६०

P Book ISBN 9788177668490

प्रस्तावना

जगामध्ये प्रत्येक समाज-संस्कृतीत लोकांना त्या संस्कृतीत कार्यरत राहाण्यासाठी तसेच तगून राहाण्यासाठी आवश्यक अशी कौशल्ये शिकवली जातात. म्हणजेच या बाह्य जगात कसे वागावे, बोलावे, काम करावे, वस्तूंचा, उद्दिष्टांचा किंवा अनुभवांचा शोध कशा प्रकारे घ्यावा इ. गोष्टी आपण शिकतो. आपण ज्या जगात राहातो, ते जाणून घेण्यासाठी आपण रसायनशास्त्र, पर्यावरणशास्त्र, जीवशास्त्र इ. शास्त्रेही शिकतो, पण कुठल्याही शाळेत, महाविद्यालयात किंवा विद्यापीठात आपल्याला आपले अंतरंग, आपल्या अंतर्मनाची खोली कशा प्रकारे जाणून घ्यावी हे मात्र शिकवलं जात नाही. आपण स्वत:ला खरोखरीचं जाणून न घेता फक्त आपल्या समाजाची ध्येये, पद्धती आणि मूल्ये आत्मसात करत असतो. यामुळे आपण स्वत:विषयी 'अज्ञ' व कायम दुसऱ्यांच्या सल्ल्यावर व मार्गदर्शनावर अवलंबून राहाणारे बनतो.

स्वत:ला जाणून घेण्याचा 'ध्यानसाधना' हा अगदी वेगळा, अत्यंत सूक्ष्म आणि योग्य असा मार्ग आहे. आपल्या मनाच्या विविध

स्तरांकडे लक्षपूर्वक ध्यान देऊन ते जाणून घेण्याचे हे एक साधेसे तंत्र आहे. या स्तरांमध्ये आपले शरीर, आपली श्वासोच्छ्वास प्रक्रिया आणि आपल्या अंतर्गत ताणाचे-तणावांचे विविध पैलू यांचाही समावेश होतो. आपण ध्यानसाधनेस सुरुवात केल्यावर जसजसा काळ जाऊ लागतो, तसतसे आपल्याला त्याचे चांगले परिणाम दिसून येऊ लागतात. उदा. वाढता आनंदी स्वभाव, नि:संदिग्धता, जागरूकता यांच्या बरोबरीनेच शारीरिक व मानसिक ताणापासून मुक्ततेचा आनंदही आपल्याला मिळतो.

आपल्या अंतरंगात दडलेल्या आपल्या 'स्व'ला, म्हणजे खऱ्या स्वत:ला शोधून काढायला ध्यानसाधना आपल्याला नक्कीच मदत करेल.

■

अनुक्रमणिका

Mehta Publishing House, 1941, Madiwale Colony, Sadashiv Peth, Pune 411030.

✆ +91 020-24476924 / 24460313

Email : info@mehtapublishinghouse.com
production@mehtapublishinghouse.com
sales@mehtapublishinghouse.com

Website : www.mehtapublishinghouse.com

ध्यानसाधना म्हणजे काय?

व्युत्पत्तीशास्त्रानुसार "ध्यान (Meditation)", "(medical) वैद्यकीय" व "औषधोपचार करणे (medicate)" या सर्व शब्दांचे मूळ एकच असून, त्यातून कशाकडे तरी "लक्ष देणे" किंवा "नीट विचार करणे" असा अर्थ ध्वनित होतो. 'ध्यानसाधने'तून आपण आपल्या स्वत:च्या कधीच जाणून न घेतलेल्या पैलूंकडे नीट लक्ष देत असतो. हे पैलू म्हणजे, आपल्या खोल, आत दडलेल्या आपल्याच स्वत:चे वेगवेगळे अंतस्थ स्तर (levels) होत. हे अंतस्थ स्तर, विचार प्रक्रिया, विश्लेषण क्रिया, दिवा-स्वप्न बघणे किंवा भावना किंवा आठवणी जाणून घेणे या सर्वच गोष्टींपेक्षा अत्यंत गहन असतात.

ध्यानसाधना म्हणजे, "अंतस्थ लक्षा"चा एक प्रकार होय, जो शांतपणाने व एकाग्रचित्ताने साधावयाचा असतो. हे करताना आपण पूर्णपणे तणावमुक्तही असणे आवश्यक असते. या "अंतस्थ लक्षा"ची सवय करणे हे फार खडतर किंवा अवघडही नाही. खरं तर, ध्यानसाधनेची ही प्रक्रिया मनाला तणावमुक्त करणारी व स्वस्थता, शांतता मिळवून देणारी आहे. सुरुवातीच्या काळात,

मनाला हे 'अंतस्थ लक्ष' देणं, कधी शिकवलेलंच नसल्यामुळे तीच एक मोठी अडचण भासते, पण एकदा ते जमलं की, बाकीचं सगळं सोपंच होऊन जातं.

एकदा, तुम्ही ध्यान करायला सुरुवात केली की, तुमच्या लक्षात येत जातं की, तुम्हाला शारीरिक दृष्ट्या काहीही वेगळं किंवा खूप कष्टदायक असं काहीही करायला लागत नाही. तसंच त्यासाठी तुम्हाला काही विचित्र किंवा अपरिचित अशा सवयीही लावून घ्यायला लागत नाहीत. एवढंच नाही, तर तुमची या प्रक्रियेत प्रगती होण्यासाठी आणि त्याचे फायदे दिसून येण्यासाठी फार जास्त वेळ ध्यानसाधना करण्याचीही आवश्यकता नसते. हळूहळू तुम्हाला ध्यानसाधनेचा सराव करण्यात आनंद मिळू लागतो! तुमचं शरीर अधिक तणावमुक्त होतं, तुमचं मन अधिक निर्मितीक्षम आणि अधिक एकाग्र होतं, आणि तुमच्या आरोग्यात, नातेसंबंधांमध्येही लक्षणीय सुधारणा झालेली तुम्हाला दिसून येते!

ध्यानसाधनेचे रोगोपचारविषयक गुणधर्म

अगदी सुरुवातीपासून ध्यानसाधनेच्या रोगोपचारविषयक गुणधर्मांचा प्रत्यय आपल्याला येऊ लागतो. त्यामुळे स्थूल व सूक्ष्म स्नायूंमधील तसेच स्वायत्तमज्जासंस्थेतील ताण-तणाव दूर होतो. तसेच मानसिक तणावापासूनही मुक्तता मिळते. ध्यानसाधना करणाऱ्या व्यक्तीचं मन शांत, स्थिर होतं, आणि त्यामुळे रोगप्रतिकारक संस्थेला ते साहाय्यक

ठरून, तिची ताण-तणावांना होणारी प्रतिक्रिया मर्यादित ठेवली जाते. काही थोड्या दिवसांच्या प्रामाणिक प्रयत्नांनंतर लगेचच ध्यानसाधनेचे चांगले परिणाम दिसू लागतात. अधिक आहाराची किंवा संतप्त प्रतिक्रिया देण्याची सवय यावर नियंत्रण ठेवण्यात यश मिळू लागते. तसेच ध्यानसाधनेमुळे झोपेची गरज कमी होऊन शरीर व मनास नवऊर्जा मिळते.

लेखक, कवी आणि विचारवंत यांना नेहमी सृजनप्रक्रियेबद्दल आणि अंत:प्रेरणेबद्दल कुतूहल वाटत असते. हा ज्ञानाचा अतिशय अभिजात आणि सर्वात विकसित पैलू आहे. मानवी बुद्धिमत्तेचा हा तेजस्वी पैलू रोजच्या जीवनात उपयोगात आणण्यासाठी ध्यानसाधना हा अत्यंत योग्य मार्ग आहे.

ध्यानसाधनेचा आपल्या आरोग्यावर उत्तम परिणाम होत असतो. आजच्या आधुनिक जगात बरेचसे रोग हे 'मनोकायिक विकार' या वर्गात मोडतात. म्हणजे मानवी मन, विचार आणि भावना यांचे शरीरावर होणारे परिणाम हे रोगांच्या रूपात प्रकट होतात. हे रोग फक्त पारंपरिक पद्धतीच्या जुन्या औषधांनी किंवा फक्त मानसोपचारांनीही बरे करता येणं शक्य नाही हे आता शास्त्रज्ञांना पटू लागलं आहे. कारण, जर हे रोग मनाच्या वेगवेगळ्या भावनिक प्रतिक्रियांमुळे निर्माण होत असतील तर फक्त बाह्योपचारांनी ते कसे बरे होतील? जर तुम्ही स्वत:चं मन आणि भावना समजून घेण्याचा प्रयत्न न करता फक्त बाह्योपचारांवरच विसंबून राहिलात, तर त्यामुळे तुम्ही परावलंबी

होता व एखाद्या डॉक्टर वा मानसोपचारतज्ज्ञावर अवलंबून राहू लागता. उलट, ध्यान-साधनेमुळे तुम्ही स्वावलंबी होता आणि जीवनातील सर्व समस्या योग्य रितीने हाताळण्यास आवश्यक अशी अंतस्थ शक्ती मिळवू शकता.

ध्यानसाधनेची प्रक्रिया

ध्यानसाधनेच्या प्रक्रियेत आपण मनाला काही काळ त्याच्या सर्व प्रवृत्ती सोडून देण्यास सांगतो. या प्रवृत्ती म्हणजे विचार करणे, विश्लेषण करणे, आठवणे, समस्या सोडवणे आणि भूतकाळातील प्रसंग अथवा भविष्यकाळातील अपेक्षा यावर लक्ष केंद्रित करणे इ. तसेच मनाला त्याच्या भावना व विचारमालिकांची गती कमी करण्यास मदत करतो. आणखी मन शांत करून त्यात अंतस्थ जागरूकता, दक्षता आणण्याचा प्रयत्न करतो.

अशा प्रकारे, ध्यानसाधना म्हणजे, समस्यांविषयी विचार करणेही नाही किंवा एखाद्या परिस्थितीचे विश्लेषण करणेही नाही. ध्यानसाधना म्हणजे, कल्पनाजाल विणणेही नाही किंवा दिवास्वप्ने बघणेही नाही. तसेच मनाला निर्हेतुकपणे भटकायला मोकळे सोडून देणेही नाही. ध्यानसाधना म्हणजे स्वत:चाच स्वत:शी अंतर्गत वाद वा संवादही नव्हे, अन् विचारप्रक्रियेची सखोलता वाढविणेही नव्हे. ध्यानसाधना म्हणजे, आपल्या जाणिवा आणि चित्त एकाग्र करण्याचा साधा-सोपा उपाय आहे.

ध्यानसाधना करताना मन विचलित करणाऱ्या सर्व गोष्टी, मनात सतत घोळणारे विषय, क्षणिक विचार व जागेपणीच्या साधारण अनुभवांचे अनुबंध हे सर्व सोडून देण्याचा आपण प्रयत्न करायचा असतो. हे करणे म्हणजे मन पूर्ण रिते करणे नव्हे, ते तर अशक्यच आहे. पण त्याऐवजी मन एखाद्या चांगल्या सूक्ष्म घटकावर किंवा वस्तूवर केंद्रित करायचे की, ज्यायोगे आपली ध्यानसाधना आणखी अंतर्मुख होईल. मनाला असे अंतर्गत अवधानाचे केंद्र दिल्यास आपण त्याला आणखी तणावपूर्ण मानसिक प्रक्रियांपासून दूर ठेवू शकतो. या प्रक्रिया म्हणजे, चिंता करणे, योजना आखणे आणि विचार व ऊहापोह करणे.

ध्यानसाधना करताना मनाच्या एकाग्रतेसाठी जे ध्वनी किंवा नाद वापरले जातात, ते म्हणजे 'मंत्र', आणि मानसिक पातळीवर त्यांचा जबरदस्त प्रभाव पडतो. हा मंत्र म्हणजे एक शब्द असू शकतो, पदबंध किंवा शब्दसमूह असू शकतो, एखादी ध्वनिरचना किंवा स्वरयुक्त शब्दावयवही असू शकतो. एखाद्या मंत्रावर मन एकाग्र केल्यास विद्यार्थी त्यांच्या निरुपयोगी, विचलित करणाऱ्या मानसिक तणावांकडे दुर्लक्ष करू शकतात आणि अंतस्थ मनाच्या गाभ्याचा तळ गाठू शकतात. सर्व जगभरातून यासाठी विविध मंत्रांचा उपयोग केला जातो. ओम्, आमेन, सलाम इ. आणि हे सगळे मंत्र एकाच उद्दिष्टासाठी वापरले जातात. आणि ते म्हणजे मनाची एकाग्रता साधणे.

जगातील सर्व महान आध्यात्मिक परंपरांमध्ये, मग त्या प्राचीन असोत की, अर्वाचीन, असे स्वरयुक्त शब्दावयव उच्चारण्याची पद्धत असतेच, आणि ते मंत्राप्रमाणेच परिणाम करतात. हे एक गंभीर व महान शास्त्र आहे, आणि जे या शास्त्रात पारंगत असतात तेच विद्यार्थ्यांना मार्गदर्शन करू शकतात. हे शिकून पुढे जाऊ इच्छिणाऱ्यांसाठी प्राथमिक परिपाठ हा साधा व सोपा असतो; परंतु जेव्हा गाठ मनाशी असते, तेव्हा गुरूने उचित मंत्रजप सांगितल्यास त्याचा प्रभाव अतिशय उत्तम पडतो.

ध्यानविषयक मूळ ग्रंथात आणि धर्मग्रंथांमध्येही या विषयावर सविस्तर भाष्य केलेले आहे. योगशास्त्राचे सूत्रकार, भाष्यकार पतंजली मुनी सांगतात की, अंतस्थ (innermost) जागृतीच्या स्रोताचा 'मंत्र' हा प्रतिनिधी बनतो. म्हणून तो जीवनाच्या मर्त्य व अमर्त्य अंशांचा (भागांचा) केवळ पथदर्शक नव्हे, तर ते दोन अंश जोडणारा पूलही बनतो. जेव्हा शरीर, श्वास आणि जागृत मन हे सुप्त मन व आत्म्यापासून वेगळे होतात, तेव्हा अशा मंत्रांचे जाणीवपूर्वक केलेले स्मरण हे सुप्तावस्थेतसुद्धा (आत्म्यावर) त्याचे पडसाद उमटवते. हे पडसाद (परिणाम) शक्तिशाली प्रेरक ठरतात आणि ज्या घटनेला आपण मृत्यु म्हणतो, त्या संक्रमणाच्या काळात ध्यानसाधनेच्या अभ्यासकाला साहाय्यक ठरतात. त्यामुळे त्या व्यक्तीला हा अज्ञाताचा प्रवास सुखकर होतो.

एखाद्या पर्वतावर चढून जाण्यासाठी जसे अनेक रस्ते असू

शकतात, त्याचप्रमाणे वरवर पहाता ध्यानसाधनेचीही वेगवेगळी तंत्रे आहेत, परंतु या सगळ्यांचे उद्दिष्ट एकच असते. ते म्हणजे अंतस्थ एकाग्रता, शांती व धीरगंभीरतेची स्थिती प्राप्त करणे. ही स्थिती प्राप्त करण्यासाठी जी पद्धत तुम्हाला योग्य वाटत असेल, ती तुमच्यासाठी लाभदायक ठरते. अशा बऱ्याच चांगल्या पद्धती आहेत. जोपर्यंत यातल्या कुठल्याही पद्धतीच्या मदतीने तुम्हाला अंतस्थ शांतता व एकाग्रता प्राप्त होते, तोपर्यंत कुठली पद्धत वापरली याला फारसे महत्त्व नसते.

आपण जर आपल्या आतापर्यंतच्या आयुष्याचा विचार केला तर अगदी आपल्या लहानपणापासून आपल्याला या बाह्य जगात वावरण्यासाठीच्याच कौशल्यांची शिकवणूक मिळालेली असते. कोणीही आपल्याला अंतरंगात बघायला, अंतरंग शोधायला किंवा अंतरंगाची प्रचिती घ्यायला शिकवत नाही. त्यामुळे या बाह्य जगात वेगवेगळ्या प्रकारचे नातेसंबंध प्रस्थापित करत असताना, आपण स्वतः मात्र स्वत:लाच अनोळखी असतो, आणि याच कारणामुळे हे नातेसंबंध यशस्वी ठरत नाहीत व पदरी गोंधळ आणि निराशाच येते.

आपल्या शिक्षणपद्धतीत मनाच्या फार लहानशा भागाची मशागत केली जाते. आपल्या मनाचा जो भाग झोपतो व स्वप्न बघतो, तसेच आपल्या सर्व अनुभवांचा खजिनाच असे आपल्या अबोध मनाचे विस्तीर्ण कार्यक्षेत्र आपल्याला अनोळखीच राहातात. त्यांना कुठलीही शिस्त लावली जात नाही की, त्याच्यावर नियंत्रण

ठेवण्यासही शिकवले जात नाही. ''मनाच्या आत पूर्ण शरीर असते, पण पूर्ण मन मात्र शरीरात नसते.'' हे खरं आहे. संपूर्ण मनावर खरोखरीचे नियंत्रण मिळवण्यासाठी ध्यानसाधनेशिवाय दुसरा उपाय नाही.

आपण आधीच सांगितल्याप्रमाणे शांत बसून आपल्या अंतरंगाचा शोध घ्यायला आपल्याला कधीच कोणी शिकवत नाही, परंतु शांत बसणे, ध्यानसाधना करणे हे एखाद्या धर्माचा भाग किंवा समारंभ असल्याप्रमाणे तर कधीच शिकवले जाऊ नये. ध्यानसाधनेद्वारे अंतरंगाचा शोध घेणे ही जगभरातील मानवी देहांची गरज आहे. जेव्हा आपण शांत बसायला शिकतो, तेव्हा आपल्याला एक अपूर्व आनंदाची स्थिती प्राप्त होते, तो आनंद वर्णनातीत असतो. ध्यान-साधनेतून मिळणारा आनंद हा मानवजातीच्या आयुष्यात दुर्मिळ असा उच्चतम प्रतीचा आनंद असतो. इतर सर्व प्रकारचे आनंद हे क्षणभंगुर, अल्पजीवी असतात. परंतु ध्यानसाधनेतून मिळणारा आनंद हा अमर्याद व शाश्वत असतो. ही अतिशयोक्ती नव्हे, तर वस्तुस्थिती आहे, सत्य आहे. आणि हे सत्य कितीतरी महान ऋषी-मुनींनी सांगितलेलं आहे. ज्या ऋषी-मुनींनी जगाचा त्याग करून 'सत्या'च्या प्राप्तीसाठी आयुष्य सार्थकी लावले व ज्यांनी या जगाचा त्याग न करताही 'सत्य' प्राप्त केले अशा दोन्ही प्रकारच्या महान ऋषी-मुनींनी ध्यानसाधनेतून मिळणाऱ्या शाश्वत आनंदाची सत्यता सांगितली आहे.

त्याच त्या जुन्या सवयींच्या 'गुहा-कपारी'मधून भटकत राहाण्याची मनाची प्रवृत्ती असते, आणि मग ते त्याच अनुभवांची भविष्यातलीही कल्पना करत राहाते. मनाला वर्तमानकाळात, इथे आणि आत्ता कसं राहावं हेच खरोखर माहीत नसतं. ध्यानसाधनाच आपल्याला वर्तमान-काळ पूर्णत्वाने अनुभवायला शिकवते. वर्तमान, जो अनंताचा, अक्षय काळाचा एक भाग आहे. ध्यानसाधना करण्याच्या प्रयत्नात आपण मन एका बिंदूवर स्थिर करतो, तेव्हा त्याला आपल्या अस्तित्वाच्या खोलवरच्या पातळ्या भेदण्याची शक्ती प्राप्त होते. त्या वेळी मन कोणतेही चित्तविभ्रम निर्माण न करता, एकाग्रतेची शक्ती पूर्णपणे प्राप्त करून घेते, जी ध्यानसाधनेसाठी अत्यावश्यक असते.

हा मार्ग आचरण्याआधी ध्यानसाधना म्हणजे काय हे स्पष्टपणे जाणून घ्या. त्यातील जी पद्धत तुम्हाला सोईस्कर वाटेल ती निवडा, आणि मग नियमितपणे आणि सातत्याने रोज थोडा वेळ शक्यतो त्याच ठरावीक वेळेला ध्यानसाधना करत जा, परंतु हल्लीच्या या आधुनिक जगात विद्यार्थी पटकन उतावीळ होतात आणि अगदी थोडा काळ ध्यानसाधना करून या पद्धतीला काही किंमत वा खरेपणा नाही असा निष्कर्ष काढून ध्यानसाधना करणे सोडून देतात. हे एखाद्या लहान मुलासारखंच वागणं झालं. लहान मुलं जशी आज एखादं फुलझाड लावून, लगेच पुढच्या आठवड्यात त्याला फुलं आली नाहीत म्हणून निराश होतात, तसंच आहे हे!

तुम्ही जर सातत्याने ध्यानसाधना करत राहिलात तर नक्कीच त्यात तुमची प्रगती होईल.

सुरुवातीला ही प्रगती लगेचच अनुभवाला येणाऱ्या शारीरिक शिथिलता (मोकळेपणा - Relaxation) व शांतपणा यांच्याद्वारे कळून येते. नंतर नंतर बरेच सूक्ष्म फायदे तुमचे तुम्हाला कळून येतात, आणि ध्यानसाधनेचे काही अत्यंत महत्त्वाचे फायदे बऱ्याच काळानंतर हळूहळू समजून येऊ लागतात. ते मात्र सहजासहजी लक्षात येण्याजोगे अथवा नाट्यमयही नसतात. तुमची ध्यानसाधना निष्ठेने करत राहा, म्हणजे तुमची तुम्हालाच प्रगती कळून येईल.

ध्यानसाधना म्हणजे संमोहनावस्था किंवा स्वयंसूचनही नव्हे

संमोहनावस्थेत मनाला कोणीतरी दुसरी व्यक्ती किंवा आपण स्वतः सूचना देत असतो. "तुला आता झोप येते आहे (किंवा तुला मोकळं, शिथिल वाटत आहे.)" अशा प्रकारच्या त्या सूचना असतात. (अशा प्रकारे संमोहनामध्ये मनाने एखाद्या गोष्टीवर विश्वास ठेवणे किंवा एकाच दिशेने विचार करणे यासाठी मनावर नियंत्रण मिळवणे अंतर्भूत असते.) काही वेळा अशा आग्रही सूचना अतिशय उपयुक्त ठरतात, परंतु नकारात्मक सूचनांचा आपल्या आरोग्यावरही नकारात्मक परिणाम होत असतो.

ध्यानसाधनेमध्ये आपण मनाला अशा कुठल्याही स्पष्ट, थेट

सूचना देत नाही किंवा मनावर नियंत्रण ठेवण्याचाही प्रयत्न करत नाही. आपण मनाचे फक्त निरीक्षण करतो व मनाला शांत होऊ देतो. आणि मंत्र-जपाच्या आधारे मनाच्या खोलवरच्या (गहन) स्तरांचा शोध व अनुभव घेत असतो.

ध्यानसाधना म्हणजे चिंतन किंवा विचार करणे नव्हे

सत्य, शांतता, प्रेम या सारख्या स्फूर्तिदायक कल्पनांचे किंवा आदर्शांचे चिंतन हे साहाय्यकारी ठरू शकते, परंतु ध्यानसाधनेच्या प्रक्रियेहून ते अगदीच वेगळे असते. चिंतन करताना आपले मन त्या कल्पनेच्या शोधात गुंतलेले असते आणि त्या कल्पनेच्या अर्थाचा व मौलिकतेचा विचार करत असते.

ध्यानसाधनेच्या पद्धतीत चिंतन ही स्वतंत्र पद्धत मानली जाते, जी काही वेळा खूप उपयुक्त ठरू शकते. जेव्हा आपण ध्यानसाधना करत असतो तेव्हा आपण मनाला कुठल्याही कल्पनेचे चिंतन किंवा विचार करायला सांगत नाही, तर या मानसिक क्रियाशीलतेच्या पातळीपलीकडे जाण्यास सांगतो.

ध्यानसाधना म्हणजे धर्म नव्हे

ध्यानसाधना ही कुठलीही विचित्र किंवा अपरिचित पद्धत नव्हे की, जिच्यामुळे तुम्हाला तुमच्या धार्मिक श्रद्धा, संस्कृती किंवा धर्म बदलावा लागेल. ध्यानसाधना म्हणजे धर्म नव्हेच, तर स्वत:ला सर्व पातळ्यांवरून जाणून घेण्यासाठीचे ते एक व्यावहारिक शास्त्रशुद्ध व

पद्धतशीर तंत्र आहे. ध्यानसाधना ही जगातील कोणत्याही संस्कृतीच्या किंवा धर्माच्या ''मालकी''ची नाही.

धर्म लोकांना कशावर श्रद्धा ठेवावी हे शिकवतो, पण ध्यानसाधना तुमचा तुम्हाला प्रत्यक्ष अनुभवच घ्यायला शिकवते. या दोन्हींमध्ये कसलाही संघर्ष किंवा विरोध नाही. पूजा करणं हा धार्मिक पद्धतीचा एक भाग आहे, तर प्रार्थना हा ईश्वरी तत्त्वाशी संवाद आहे. तुम्ही प्रार्थनेवर विश्वास ठेवणारी एक धार्मिक व्यक्तीही असू शकता व त्याचबरोबर ध्यानसाधनेची तंत्रे वापरून ध्यानसाधना करणारे साधकही असू शकता, परंतु ध्यानसाधनेसाठी एखाद्या सनातन धर्माचा अनुयायी असणं मुळीच आवश्यक नाही. ध्यानसाधना ही एक शुद्ध तंत्र म्हणूनच पद्धतशीर मार्गाने आचरणे आवश्यक आहे.

आपल्याला हवे असलेले परिणाम ध्यानसाधनेतून प्राप्त करून घेण्यासाठी आपली ध्यानप्रक्रियेवर श्रद्धा असणे आवश्यक आहे; तरच ध्यानसाधना करणे उपयुक्त ठरेल.

ध्यानसाधनेसाठी पुढील गोष्टी शिकून घेणे आवश्यक आहे :

* शरीर शिथिल (Relaxed) कसे करावे.
* ध्यानसाधनेसाठी स्थिर व सुखकर स्थितीत कसे बसावे.
* आपली श्वासोच्छ्वास प्रक्रिया शांत, प्रसन्न कशी करावी.
* मनातील विचारमालिकेला केवळ साक्षी कसे व्हावे.
* विचारांची प्रत वा दर्जा कसा तपासावा व जे विचार आपल्या

वाढीसाठी उपयुक्त व सकारात्मक असतील, त्यांना प्रोत्साहन कसे द्यावे.

* कोणत्याही चांगल्या वा वाईट परिस्थितीत स्वत:ला अस्वस्थ होण्यापासून कसे रोखावे.

ध्यानसाधना म्हणजे काय हे स्वच्छपणे समजून घेऊन, योग्य दृष्टिकोन ठेवून व योग्य तंत्र वापरून ती केल्यास नवचैतन्यदायी ठरते.

■

कायाकल्पासाठी ध्यानसाधना

ध्यानसाधनेत घालवलेला वेळ हा अत्यंत उपयुक्त ठरतो. आरोग्य हीच संपदा असा तुमचा विश्वास असेल तर तुम्ही रोज ध्यान-साधनेसाठी घालवलेला वेळ नक्कीच तुम्हाला श्रीमंत करेल. बऱ्याच संशोधनांमधून हे सिद्ध झालेलं आहे की ध्यानसाधनेमुळे तुमच्या आरोग्यात लक्षणीय सुधारणा झालेली दिसून येते. ध्यानसाधना करताना निर्माण होणारी ऊर्जा व ताण-तणावातून मिळणारी मुक्तता यामुळे शरीराची स्वत:ची उपचारक शक्ती क्रियाशील होते.

सर्व सुधारणा ही आतून, अंतर्मनातून येत असते. औषधे फक्त रोगांची लक्षणे दडपून टाकतात पण मूळ समस्येचं कारण नाहीसं होण्यासाठी त्यांचा काहीच उपयोग होत नाही असं बऱ्याच वेळा दिसून येतं. उलट, बऱ्याच बाबतीत औषधांचे अपायकारक अप्रत्यक्ष परिणाम (side-effects) झालेले दिसून येतात. त्यामुळे रोग्याची परिस्थिती जास्तच बिघडते. ध्यानसाधना ही पारंपरिक औषधे किंवा शल्यक्रिया यांसाठी पूरक ठरते. जे रुग्ण ध्यानसाधना करत असतात, ते त्यामुळे लवकर बरे होतात.

खरं पाहता, दररोज सकाळी आपण जागे होतो, तेव्हा आपल्याला ताजंतवानं आणि जीवनाने रसरसलेलं वाटलं पाहिजे – 'येऊ देत दिवसभरात काय आव्हानं यायची ती! आपण तयार आहोत ती झेलायला!' अशी भावना मनात असायला हवी, परंतु परिस्थिती नेहमीच अशी नसते, कारण आपल्याला नेहमीच शांत झोप लागते असं होत नाही किंवा पाहिजे तेवढा वेळ लागते असंही होत नाही. शारीरिक अस्वस्थता, मानसिक चिंता किंवा नुसतंच मोकळं (Relaxed) न वाटणं हे सगळे चांगल्या झोपेतले अडथळे आहेत. त्यामुळे आपल्याला चांगली विश्रांती व शिथिलता (Relaxation) ही मिळत नाही. अशावेळी ध्यानसाधना आपल्या मदतीला येते. दिवसातून दोन वेळा आपल्या मज्जासंस्थेला सखोल विश्रांतीचा जादा वेळ ध्यानसाधनेमुळे मिळू शकतो. व त्यामुळे रात्री चांगली झोप मिळालेली नसली तरी ती या वेळातून भरून निघते. त्यामुळे आपण तरतरीत राहातो व दिवस चांगला घालवू शकतो.

काही संशोधनांमधून असं दिसून आलेलं आहे की, झोप आणि ध्यानसाधना या दोन्हींच्या वेळी माणसाच्या चयापचयाचे प्रमाण कमी होते. चयापचयाचे प्रमाण म्हणजे, शरीर कमी प्राणवायू वापरत आहे व विश्रांतीच्या स्थितीत आहे. चयापचयाचे प्रमाण हा शरीर किती शिथिल (Relaxed) आहे, त्याचा चांगला निर्देशक आहे. ध्यानसाधनेच्या वेळी झोपेतल्यापेक्षा चयापचयाचे प्रमाण कमी राखले जाते ही एक उल्लेखनीय गोष्ट आहे. चयापचयाच्या प्रमाणात ८% घट

होण्यासाठी ४ ते ५ तासांची झोप आवश्यक असते, तर अर्ध्या तासाच्या ध्यानसाधनेच्या वेळी चयापचयाच्या प्रमाणात १० ते २० टक्क्यांपर्यंत घट होते. याचा अर्थ असा होतो की, झोपेपेक्षा कमी वेळात ध्यानसाधनेत आपण विश्रांतीच्या अधिक सखोल (deeper) स्थितीत जातो. त्याशिवाय, ध्यानसाधनेच्या काळात मेंदू अल्फा लहरी निर्माण करतो, त्यावरूनही विश्रांतीची सखोल स्थिती समजून येते. झोपेमध्ये सहसा अल्फा-लहरी वा तरंग निर्माण होत नाहीत.

तथापि, याचा अर्थ असा नव्हे की, आपल्याला झोपेची गरजच भासणार नाही. कारण विश्रांतीशिवाय इतरही अनेक कार्ये झोपेत साध्य होत असतातच, आणि झोपही आपल्या स्वास्थ्यासाठी व एकंदर मानसिक संतुलनासाठीही आवश्यक असते. ध्यानसाधनेमध्ये मज्जा-संस्थेला विश्रांती मिळाल्यानंतर आपला मेंदू उच्चतम क्षमतेने काम करतो. आपली बुद्धिमत्ता, निर्मितीक्षमता व भावनाभिव्यक्ती यात वाढ होते. या तीन गोष्टींवरच आपलं यश आणि समाधान किंवा आनंद अवलंबून असतो. त्यामुळे ही गोष्ट फार महत्त्वाची आहे. या सखोल (गाढ) विश्रांतीमुळे आपली मज्जासंस्था उत्तम तऱ्हेने शिथिल (Relaxed) होते आणि तिच्यात ऊर्जेचे पुनर्भरण होते. त्यामुळे आपल्याला छान, ताजेतवाने वाटते. आपण ध्यानसाधना करत असताना विचारांचे प्रमाण कमी होत असल्यानेच मुख्यत: आपल्याला एवढी गाढ विश्रांती मिळते. विचारांमुळे लहरी निर्माण होत असतात व त्यांची मेंदूत विद्युत् प्रक्रियेच्या स्वरूपात नोंद होत असते. जर आपल्या

मनात बेसुमार विचार येत असतील, (अनेक जणांच्या बाबतीत हाच प्रकार असतो.) तर या विद्युत्-प्रक्रियांचाही अतिरेक होतो आणि मेंदूमध्ये अस्वस्थता निर्माण होते. आपल्याला हा ताण आणि अस्वस्थता जाणवते आणि त्यालाच आपण ताण-तणाव म्हणतो. ध्यानसाधनेमुळे मेंदूमधली ही विद्युत्-प्रक्रिया मोठ्या प्रमाणावर कमी होते. मेंदू शांत होतो आणि आपल्याला मनातून ही आनंददायक शांतता जाणवते. ध्यानसाधनेमुळे मेंदूला विश्रांती मिळते. त्यामुळे त्याला नवचैतन्य मिळून त्याच्या कार्यात सुधारणा होते.

सखोल विश्रांतीमुळे कायाकल्प

सखोल विश्रांतीमुळे शरीराची उपचारक शक्ती क्रियाशील होते व त्यामुळे शरीराला टवटवी प्राप्त होते. चयापचयाचे प्रमाण खाली आल्यावर शरीर त्यातील काही ऊर्जा तब्येत सुधारण्यासाठी व कायाकल्पासाठी वापरते. ध्यानसाधना केल्याने आपले आरोग्य सुधारते. काही किरकोळ व काहीवेळा मोठे आजारही नाहीसे होतात. आपल्याला तरुण झाल्यासारखे वाटूही लागते व आपण तरुण दिसूही लागतो. [डिसीज हा इंग्लिश शब्द किती योग्य आहे पहा. कारण त्याचा अर्थ आरामात नसणे, सुखात नसणे असा होतो. (dis--ease)]

आपल्या शरीराचाच नव्हे, तर मनाचाही कायाकल्प होऊन ते टवटवीत होते. कारण, बहुतेक आयुष्यात पहिल्यांदाच, ध्यान-साधनेमुळे तुमच्या मनाला दिवसाही विश्रांती मिळते. मन आणि

शरीरात नवतारुण्य प्राप्त करून घेण्याची क्षमता अंतर्भूतच असते — त्यासाठी फक्त योग्य परिस्थिती जुळून यावी लागते. ध्यान-साधनेतून यासाठीची गुरुकिल्ली सापडते.

ध्यानसाधनेद्वारे कायाकल्प

* ध्यानसाधनेतून झोपेपेक्षा सखोल विश्रांती आपल्याला खात्रीपूर्वक मिळते आणि तीही कमी वेळेत. त्यामुळे आपला मेंदू उच्चतम कार्यक्षमतेने काम करतो. आपल्या बुद्धिमत्तेत, निर्मितीक्षमतेत आणि भावनाशीलतेत वाढ होते. सखोल विश्रांतीमुळे आपल्या मज्जासंस्थेला चांगले शैथिल्य (Re laxation) मिळत असल्याने व तीत ऊर्जेचे पुनर्भरण होत असल्याने आपल्याला एकंदरीत छान वाटते.
* सखोल विश्रांतीमुळे शरीर-मनाची उपचारक शक्ती परत क्रियाशील होत असल्याने– शरीर व मन दोन्हींचा कायाकल्प घडून येतो.

■

ध्यानसाधनेतून मिळणारे आरोग्याचे लाभ

ध्यानसाधनेमुळे शरीर-मनातला ताण दूर केला जातो. त्यामुळे आरोग्यात बरेच चांगले व महत्त्वाचे बदल घडून येतात.

रक्तदाब कमी होणे

ध्यानसाधनेमुळे ताण दूर केला जात असल्यामुळे आपले स्नायूही शिथिल होतात आणि स्नायूंनी बनलेली रक्तवाहिन्यांची आवरणेही शिथिल होतात. त्यामुळे या रक्तवाहिन्यांतून जास्त रक्त खेळवले जाते, आणि रक्तप्रवाहात अडथळेही कमी येतात व त्यामुळेच रक्तदाब कमी होतो. त्या उलट, उच्च रक्तदाब हा हृदयविकार व हृदयविकाराचा झटका या रोगांना कारणीभूत ठरणारा मुख्य घटक असतो.

तणाव-व्यवस्थापनावर झालेल्या अमेरिकेतील संशोधनात सरासरी १४६ एवढा सिस्टॉलिक रक्तदाब असलेल्या ३५जणांचे निरीक्षण करण्यात आले. फक्त काही आठवडेच ध्यानसाधना केल्यानंतर त्यांचा रक्तदाब १३७ इतका खाली उतरला. जवळ-जवळ १० आकड्यांचा

फरक हा फार महत्त्वाचा आहे, कारण त्यामुळे उच्च रक्तदाबाच्या सीमेवर असलेला रक्तदाब सामान्य कक्षेत आला. अप्रत्यक्ष घातक परिणाम (side-effects) घडवून, समस्येचे मूळ कारण दूर करण्यासाठी काहीही न करणारी औषधे घेण्यापेक्षा हे कितीतरी चांगले नाही का? समस्येच्या मूळ कारणाकडे लक्ष न देता परिणामांकडेच फक्त लक्ष देणे हा दीर्घकालीन उपाय होऊ शकत नाही.

झोपेत सुधारणा

जेव्हा आपण नियमितपणे ध्यानसाधना करतो, तेव्हा आपल्याला झोप पटकन लागते व गाढ लागते. म्हणजेच आपल्याला जास्त आणि अधिक चांगल्या प्रतीची झोप मिळते. त्यामुळे आपल्याला उठल्यावर पूर्वीपेक्षा अधिक ताजेतवाने वाटते. तसेच, दिवसभर आपण तरतरीत, उत्साही आणि शांत राहातो.

सर्व अवयव आणि ग्रंथींमधून रक्ताभिसरणाचे वाढते प्रमाण

शिथिल झालेल्या रक्तवाहिन्यांमधून शरीरातील सर्व भागांकडे रक्ताचा वाढता ओघ सुरू होतो. मेंदूकडे जास्त रक्त गेल्याने आपल्याला जास्त ताजेतवाने वाटते व आपण अधिक स्पष्टपणे विचार करू शकतो. यामुळे मेंदूमधील रक्तस्रावालाही प्रतिबंध होतो.

पचनसंस्थेला अधिक रक्त मिळाल्याने तिचे कार्य अधिक चांगले चालते आणि आपले अन्नपचनही अधिक चांगले होते.

मेंदूच्या दोन अर्धगोलांमधील संतुलन

ध्यानसाधनेमुळे मेंदूच्या डाव्या व उजव्या भागांमध्ये एक प्रकारचे संतुलन व सुसंवाद साधला जातो असे काही संशोधनांचे निष्कर्ष आहेत. आपला डावा मेंदू हा विचार करणारा भाग आहे. ती आपल्या मेंदूची तर्कसुसंगत व विश्लेषक विचार करणारी बाजू आहे. आणि उजवा मेंदू हा भावना-संवेदनांचा भाग आहे. आधुनिक जगातल्या आयुष्याचे स्वरूप आणि वेग यामुळे पुष्कळजण मेंदूच्या डाव्या भागाचाच अधिक वापर करतात. आपण आपल्या भावनांची कदर न करता, अती विचार व विश्लेषण करत राहातो. ध्यानसाधनेमुळे तर्कसुसंगत, विश्लेषक विचार व भावना, संवेदना यांच्यात संतुलन राखले जाते.

दमा बरा होण्यास मदत

रॉन हॉन्सबर्गर आणि आर्ची विल्सन यांनी अमेरिकेत केलेल्या वैद्यकीय संशोधनात असे दिसून आले आहे की, ध्यानसाधना सुरू केल्यावर दम्याच्या रुग्णांमध्ये सुधारणा घडून येते. या गटातल्या ९४% लोकांच्या श्वसन-मार्गातला अडथळा कमी झाला. ५५% लोकांच्या डॉक्टरांना त्यांचा दम्याच्या त्रास कमी झाल्याचे दिसून आले, व ७४% लोकांनी स्वत:ला सुधारणा जाणवत असल्याचे सांगितले.

संप्रेरकांच्या (हार्मोन्स) क्रियाशीलतेला उत्तेजना

ध्यानसाधनेमुळे आपल्या सर्व ग्रंथींना उत्तेजना मिळून त्या जास्त संप्रेरके स्रवतात किंवा निर्माण करतात. ध्यानसाधना करणाऱ्या लोकांच्या संप्रेरकांच्या पातळ्या त्यांच्याहून दहा वर्षांनी लहान असणाऱ्यांच्या संप्रेरकांच्या पातळ्यांएवढ्या असतात असे संशोधनात दिसून आले आहे. ध्यानसाधक तरुण दिसतात व त्यांचे वागणेही तरुणांसारखेच होते, त्याच्यामागे हेही एक कारण आहे. त्याचबरोबर ध्यानसाधनेमुळे तणावाच्या संप्रेरकांच्या (अ‍ॅड्रेनेलिन व नॉरॅड्रेनॅलिन) निर्मितीत घट होते.

आजार कमी होण्यास मदत

७०% आजार हे मनोकायिक आजार असतात, म्हणजेच ते मनातून निर्माण झालेले असतात, तेव्हा ध्यानसाधनेमुळे ताण-तणाव कमी झाले की, त्यातल्या बऱ्याचशा तक्रारीही कमी होतात.

वय उलटवणे

माणसाचे जैविक वय तो मानसिकदृष्ट्या किती थकला आहे यावर अवलंबून असते. पाच वर्षांहून अधिक काळ ध्यानसाधना करणाऱ्या एका गटाचे अशा तऱ्हेने वय काढले असता, ते त्यांच्या कालक्रम गणनेनुसारच्या वयापेक्षा १२ वर्षांनी कमी भरत असल्याचे आढळून आले. अमेरिकेत केल्या गेलेल्या या संशोधनात आहार आणि व्यायामाने

होणाऱ्या परिणामांचाही विचार करण्यात आला होता.

सजग-दक्ष, तरीही स्वस्थ-शांत

फ्रेंच संशोधक जीन-पॉल बँक्वे आणि मॉरीस सेल्हान यांनी केलेल्या मेंदूतील विद्युत्-तरंग आलेखांवरील संशोधनात त्यांनी असे नमूद केले आहे की, ध्यानसाधनेच्या दरम्यान डेल्टा लहरींच्या मानाने खूपच मोठ्या प्रमाणात अल्फा-लहरी (तरंग) निर्माण होत होत्या. यावरून ध्यानसाधनेच्या दरम्यान जागरूकतेची पातळी वाढते हे दिसून येते. त्याचबरोबर बिटा लहरींचे अल्फा लहरींबरोबरचे गुणोत्तर कमी झाल्याचे दिसून आले. हे प्रमाण अधिक शिथिल अवस्था दर्शवते. इतर काही शिथिलतेची तंत्रे व झोप यांमधून मिळणारी विश्रांती आणि ध्यानसाधनेतील वाढती जागरूकता व गाढ विश्रांती यांचे विलक्षण मिश्रण या दोन्हींमधील फरक अगदी ठळकपणे जाणवण्याजोगा असतो. याला ध्यानावस्थेतील संवेदनक्षम अथवा अतिसंवेदनक्षम स्थिती असे म्हणतात. त्यावरून अतींद्रिय चेतनेचा (higher consciousness) किंवा उच्च जागरूकतेचा उद्‌गम दर्शविला जातो.

वेगवेगळ्या शास्त्रीय नियतकालिकांमध्ये प्रसिद्ध झालेल्या बऱ्याच संशोधनांचे निष्कर्ष हे दर्शवितात की, ध्यानसाधनेमुळे विश्रांत सजगता निर्देशांक वाढतो. (EEG Index). मेंदूच्या पुढील भागातील अल्फा कंपन-ऊर्जा वाढते. ध्यानसाधनेमुळे EEGमध्ये होणारा हा बदल

विश्रांत सजगतेचे व मेंदूच्या सुव्यवस्थित कार्यक्षमतेचे द्योतक आहे. या दोन्ही अवस्था जोशपूर्ण क्रियाशीलतेसाठी आदर्श अशा असतात.

ध्यानसाधनेमुळे मेंदूच्या कार्यात सकारात्मकता

मज्जासंस्था-विज्ञानाच्या आंतरराष्ट्रीय नियतकालिकात प्रसिद्ध झालेल्या अहवालांमध्ये असे नमूद करण्यात आले आहे की, ध्यान-साधना करताना घेण्यात आलेल्या EEG (मेंदूतील विद्युत्-तरंग आलेख) सुसंगतीच्या उच्च पातळ्या या वाढते अस्खलित शब्दप्रभुत्व, नवीन संकल्पना शिकण्याची वाढती क्षमता, अधिक तत्त्वनिष्ठ नीतिमत्ता, शाब्दिक भाषेतील उच्च बुद्ध्यांक, अतिसंवेदनशीलतेमध्ये घट, अतींद्रिय जाणिवांचे स्पष्ट अनुभव आणि मज्जासंस्थेची वाढती क्षमता या सर्व गोष्टींशी अर्थपूर्णरित्या संबंधित आहेत.

ध्यानसाधनेमुळे मादक-द्रव्यांवरील अवलंबित्वात घट

डॉ. आर. के वॉलेस, डॉ.एच्.बेन्सन आणि त्यांच्या सहकाऱ्यांनी 'मादक द्रव्य सेवनावर ध्यानसाधनेचे परिणाम' या विषयावर संशोधन केलेले आहे. अनुभवी ध्यानसाधक असलेल्या जवळजवळ २००० लोकांना दोन प्रश्नावली भरून देण्यास सांगितले होते. त्यातील १८०० लोकांनी त्या भरून पाठवल्या. ध्यानसाधना सुरू करण्या-आधीच्या व नंतरच्या मादक-द्रव्य सेवनाच्या सवयींच्या नोंदी करण्यास त्यांना सांगण्यात आले होते.

त्यातील ७८% लोक ध्यानसाधना सुरू करण्याआधीच्या ६ महिन्यांच्या काळात मारिजुआना किंवा हशीश अथवा दोन्ही घेत होते. आणि यातील २८% लोक अधिक व्यसनाधीन (दिवसातून एक वा अधिक वेळा घेणारे) होते. सहा महिने नियमित ध्यानसाधना केल्यावर फक्त ३४% लोकांनी मारिजुआना घेणं चालू ठेवलं, म्हणजेच मादक द्रव्य घेणाऱ्यांमध्ये ४०% घट झाली. २१ महिने ध्यानसाधना केल्यानंतर फक्त १२% लोकांचे मादक द्रव्य सेवन चालू राहिले. म्हणजेच, या प्रमाणात ६६% घट झाली. जे अजूनही मादक द्रव्य सेवन करतात, त्यातील एकचजण अधिक व्यसनाधीन राहिला आहे.

असेच चांगले परिणाम LSD व हेरॉईन, अफू, मॉर्फीन, कोकेन इ. घेणाऱ्या व्यसनाधीन लोकांमध्ये दिसून आले.

या ध्यानसाधकांनी मादक द्रव्यसेवन कसे काय सोडून दिले असे त्यांना विचारले असता, ही द्रव्ये घेत असताना ज्या संवेदना जागृत होत होत्या, त्याहून अधिक गहन, हृदय हेलावून टाकणाऱ्या आनंदाच्या संवेदना ध्यानसाधनेतून अनुभवाला येत असल्यामुळे मादक द्रव्यांची गरज उरली नसल्याचे त्यांनी सांगितले.

जीवनशैलीतील बदल

जसजसे ध्यानसाधनेमुळे तुम्ही स्वतःच्या 'खऱ्या' किंवा 'नैसर्गिक' स्वत्वाशी जोडले जाता, तसतशी तुम्हाला निसर्गाशी एकतानता साधून जगण्याची अधिकाधिक इच्छा होत जाते. त्यामुळेच तुम्ही

ज्यात मनावर जादा किंवा अनावश्यक भार येणार नाही अशी साधी-सरळ जीवनपद्धती आपलीशी करत जाता. तुम्हाला नैसर्गिक गोष्टीच अधिक आवडू लागतात. जसे, पौष्टिक अन्न, स्वच्छ, ताजी हवा आणि व्यायाम. तुम्ही जर आधी दारू किंवा सिगारेट यांचे व्यसनी असाल, तर नंतर तुम्हाला या वाईट गोष्टींमध्ये रस राहत नाही. तुमचे जादा खाणेही आपोआप बंद होत जाते.

ध्यानसाधनेमुळे तुमची नैसर्गिक बुद्धिमत्ता आणि जीवनशक्ती प्रखरपणे प्रकट होते. यामुळे निसर्गनियमांनुसार वागण्याची तीव्र इच्छा आतूनच निर्माण होते. तुमचे मन अनावश्यक विचारांनी भरकटत नसल्यामुळे तुमच्या ध्येयावर तुम्ही जास्त चांगल्या पद्धतीने मन एकाग्र करू शकता.

ध्यानसाधनेमुळे सर्व प्रकारच्या नातेसंबंधांवर अतिशय चांगले परिणाम होतात. इतरांशी असलेले आपले संबंध सुधारतात. इतर लोक आपले मन दुखावतील की काय या बद्दलची चिंता करणे आपण सोडून देतो. आपल्याला अनेक बाबतीत साहाय्यकारी ठरतील अशा लोकांशी आपला संबंध जुळून येऊ लागतो.

जेव्हा आपले मन शांत होऊ लागते व आपली उच्च जागरूकता व्यक्त होऊ लागते, तेव्हा आपण कमी आत्मनिष्ठ आणि अधिक वस्तुनिष्ठ किंवा व्यक्तिनिरपेक्ष होऊ लागतो.

ध्यानसाधनेमुळे तणाव हलका होतो याचा पुरावा

EEG (मेंदूतील विद्युत्-तरंग आलेख) द्वारे मेंदूची विद्युत्-क्रियाशीलता मोजली जाते. या उपकरणाच्या तारा डोक्याला व कपाळाला जोडता येतात.

टोकियो विद्यापीठातील डॉ.ए.कासामात्सु व डॉ. हिराई यांनी केलेल्या संशोधनात असे आढळून आले आहे की, जेव्हा झेन संन्यासी ध्यानसाधना करत असत, तेव्हा मेंदूत अल्फा-लहरींचे प्राधान्य निर्माण होत असे. शिवाय, ध्यानसाधनेदरम्यान हे अल्फा-तरंग भरपूर प्रमाणात आणि नियमितपणे वाढत असत. भारतातील योग-साधकांच्या बाबतीत केलेल्या संशोधनातही हेच परिणाम दिसून आले.

अल्फा-तरंगांचे प्राधान्य हे गाढ विश्रांतीची स्थिती व आनंदी, समाधानाची भावना यांच्याशी संबंधित असते. यावरून ध्यानसाधना तणाव हलका करण्यासाठी अतिशय परिणामकारक ठरते हेच सिद्ध होते.

ध्यानसाधनेमुळे स्वस्थ जागरूकतेची निर्मिती

एकदा तुम्ही तणाव म्हणजे काय हे समजून घेतलंत आणि तो हलका किंवा नाहीसा करण्याचे विविध मार्गही माहीत करून घेतलेत म्हणजे तुम्ही तुमच्या आरोग्याकडे नीट लक्ष देऊ लागलात असे समजता येईल. जेव्हा तुम्ही स्वस्थ, मोकळे होता, तेव्हा ती सुखद

भावना काही काळ तुमच्या मनाला आनंदी, समाधानी बनवते आणि परत नेहमीचे तेच तेच कंटाळवाणे आयुष्य तुमचा ताबा घेते. परत तुमच्या अनुभवाला येतात भावावस्थेतील आंदोलने, भीती, काळजी आणि निराशा. मग तुम्हाला कळून येते की, तुम्ही तुमचे हेवा, मत्सर, सल, खेद, पश्चात्ताप यांचे ओझे मनावरून काढून फेकलेलेच नाही अजुनी!

आत्ताची हीच वेळ असते. 'आयुष्य व्यवस्थापनाच्या अंतिम योजने'ची! तुम्हाला 'स्वस्थ जागरूकते'ची सवय लावून घेण्याची खरोखरीच गरज असते, आणि ही सवय ध्यानसाधनेमधूनच साधता येते.

ध्यानसाधनेमधून जागरूकतेचा उच्च स्तर गाठता येतो, जिथे तुम्ही शांतपणे व खरेपणाने आयुष्याचे विविध पैलू पारखून पाहू शकता. जेव्हा तुम्ही तुमच्या अंतर्गत संघर्षावर मात करून त्यांच्या पलीकडे जाता, तेव्हाच तुमचे आयुष्य खरोखरीचे स्थिर व आनंदमय होईल. हे अंतर्गत संघर्ष म्हणजे, अति हाव, अहंकारी वृत्ती, जुने मत्सर, हेवेदावे, न्यूनगंड आणि दुसऱ्यांचे वागणे व आयुष्य नियंत्रित करण्याची इच्छा.

ध्यानसाधनेची सवय लावून घेणे श्रेयस्कर असते आणि त्यामुळे आपल्या आयुष्यात जागरूकता व आनंदपूर्ण शांतता कायमची येते.

ध्यानसाधनेविषयी आणखी काही माहिती

धर्म ही गोष्ट अस्तित्वात आल्यापासून ध्यानसाधना हा सर्व धर्मांचा एक घटक आहे. ध्यानसाधनेसाठी कडक वा कठीण एकाग्रतेची गरज नसते. आपण काही अलौकिक, चमत्कारी सिद्धी मिळवण्यासाठी ध्यानसाधना करत नाही. जर अशा काही सिद्धी प्राप्त झाल्या, तर तो ध्यानसाधनेचा अप्रत्यक्ष परिणाम समजला जातो. आयुष्याच्या मुख्य प्रवाहातून अंग काढून घेणे हे तर आपल्या ध्यानसाधनेच्या उद्दिष्टांच्या विरुद्ध आहे. आपल्यातील सर्व सुप्त गुण ध्यानसाधनेमुळे प्रकट होतात. त्यामुळे आपण आयुष्याचा संपूर्णरित्या आनंद घेऊ शकतो. आपल्या ध्यानसाधनेसाठी आपल्याला कुठे रानावनात, गुहांमध्ये जाऊन बसायची आवश्यकता नसते. आपण ती आपल्या आरामदायी घरात बसूनही करू शकतो. आणि तिची उत्तम फळेही चाखू शकतो. एकदा सवय लावून घेतली की, ध्यानसाधना ही साधेपणाने आणि सहजतेने करता येते.

ध्यानसाधना कोणीही करू शकते. मन शांत करण्यासाठीचे ते एक साधे, स्वाभाविक, सहजतेने साधण्याजोगे तंत्र आहे. त्यातून आपल्याला एक अंतस्थ शांती मिळते, व त्यातूनच पुढे आपल्याला आपल्या खऱ्या, अंतस्थ स्वत्वाचा शोध घेता येतो.

ध्यानसाधना ही एक अत्यंत साधी क्रिया आहे, कारण ती तुमच्या खऱ्या स्वभावाशी किंवा तुमच्या उच्च जागरूकतेशी सुसंवाद

साधतच कार्य करते. संपूर्ण आरोग्य, शांतता व आनंद आपल्या आत आधीपासून असतातच, पण त्यांच्यापर्यंत पोहोचण्यासाठी आपल्याला फक्त एका योग्य अशा तंत्राची गरज असते. ध्यानसाधना हा त्यासाठी परिणामकारक, वेळ सत्कारणी लावणारा आणि सुरक्षित मार्ग आहे. हजारो वर्षांपूर्वीपासून आचरले जाणारे व गौरवशाली असे हे स्वयंसिद्ध तंत्र आहे.

■

ध्यानसाधनेसाठी बसण्याच्या पद्धती

ध्यानसाधना हे एक इतके साधे-सरळ तंत्र (कौशल्य) आहे की, बहुतेक सर्वजण त्याचा आनंद घेऊ शकतात. ध्यानसाधना करण्यासाठी आपल्याला फक्त मोकळेपणानी, आरामशीरपणे व स्थिर आसनात शांतपणे बसायचे असते. आपण हवे तसे नीटपणे बसून शरीर स्थिर करायचे. आपली श्वसनक्रिया शांत, प्रसन्न करायची आणि मग मनही शांत आणि एकाग्र करायचं.

हे तीन टप्पे म्हणजे सर्वाधिक बाह्य, शारीरिक पातळीवरून सर्वाधिक अंतस्थ, सूक्ष्म पातळीवर नेणाऱ्या क्रिया आहेत.

ध्यानसाधनेसाठी बैठकीची पद्धत

ध्यानसाधनेसाठीची उत्तम बैठक ही स्थिर, शिथिल, मोकळी आणि आरामदायी असायला हवी. जर शरीर हालले, डोलले, आखडले किंवा दुखले तर तुमचे ध्यानसाधनेमधील लक्ष उडेल. काही लोकांची अशी चुकीची कल्पना असते की, ध्यानसाधनेसाठी तुम्ही 'कमलासना'सारख्या अवघड स्थितीत बसणे आवश्यक असते, पण तशी कोणतीच अट ध्यानसाधनेसाठी नसून फक्त एकच महत्त्वाची

गोष्ट लक्षात ठेवणे आवश्यक आहे, ती म्हणजे, तुमचे डोके, मान व इतर सर्व शरीर एका सरळ रेषेत राहिले पाहिजे. त्यामुळे तुम्ही मोकळेपणाने व श्वासपटलीय (diaphragmatically) श्वासोच्छ्वास करू शकाल.

डोके, मान व धड यांची स्थिती

ध्यानसाधनेसाठीच्या सर्व प्रकारच्या बैठकींमध्ये डोके व मान या दोन्हींकडे मुख्यतः लक्ष देणे आवश्यक असते. म्हणजे, मान कोणत्यातरी एकाच बाजूस फिरवली वा वळवली जाणार नाही व डोकेही फार पुढे झुकणार नाही. डोके मानेच्या आधाराने ताठ तर राहिले पाहिजे, पण असे करताना खांद्यात अथवा मानेतही ताण येता कामा नये. चेहरा समोर आणि डोळे हलके मिटलेले. डोळ्यावर कुठलाही दबाव आणू नका. काही लोकांना दृष्टी वर नेऊन कपाळावरील एका विशिष्ट बिंदूवर स्थिर करण्यास सांगितले जाते. या स्थितीमुळे डोळ्यांवर एक प्रकारचा ताण येतो व डोकेदुखी होण्याचीही शक्यता असते. काही यौगिक परिपाठांमध्ये विशिष्ट दृष्टींचा अतंर्भाव असतो, पण ध्यानसाधनेत त्यांचा वापर गैरलागू असतो. चेहऱ्याचेही सर्व स्नायू शिथिल करा. तोंडही हलकेच मिटलेले असावे, त्याने जबड्यावर कोणताही ताण येऊ नये. संपूर्ण श्वासोच्छ्वास नाकपुड्यांनीच करावा.

खांदे, बाहू व हात यांची स्थिती

ध्यानसाधनेच्या सर्व प्रकारच्या बैठकींमध्ये खांदे आणि बाहू अगदी शिथिल सोडायचे असून, हात हलकेच गुडघ्यांवर ठेवायचे असतात. पुढील आकृतींमध्ये हे व्यवस्थितपणे विशद केले आहे. तुमचे बाहू अगदी पूर्णतया शिथिल असावेत. जर कोणी हात उचलून पाहिले, तर तो मलूल शक्तीहीन, वाटला पाहिजे. तुमची तर्जनी व अंगठा हलकेच जुळवून ठेवावेत. या हस्तमुद्रेतून जे वर्तुळ तयार होते, ते प्रतीकात्मकरित्या अंतस्थ ऊर्जेचा पुनर्वापर करत असते व ऊर्जेस शरीराबाहेर जाण्यास प्रतिबंध करते.

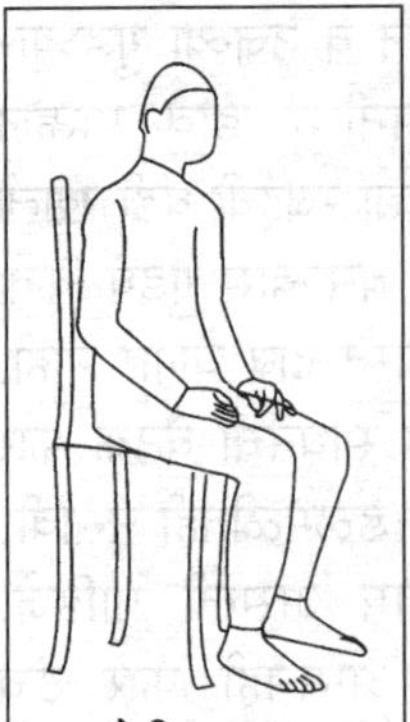
मैत्री-आसन

ध्यानसाधनेसाठीची बैठक

तुम्हाला कुठलेही क्लेश न होता किंवा तुमचे पाय वाकवायला, वळवायला न लागता कणा मात्र ताठ राहील अशा तऱ्हेने आरामशीर बसता येईल अशा पुष्कळ प्रकारच्या बैठकी (आसने) सुचवता येतील. खरं तर ध्यानसाधनेमध्ये हाता- पायांना विशेष महत्त्व नसते. कणा सरळ व ताठ राहाणे हे सर्वाधिक महत्त्वाचे आहे. हे साधण्या-साठीची साधी-सोपी बैठक म्हणजे, मैत्री-आसन.

१. मैत्री-आसन : यात तुम्ही एखाद्या बाकावर वा खुर्चीवर आरामशीरपणे बसायचे असते. तुमची पावले पूर्णपणे जमिनीला टेकवून सपाट ठेवावीत व हात हलकेच मांडीवर टेकवावेत. ज्यांना खाली बसायला त्रास होतो, त्यांच्यासाठी तर हे आसन फारच चांगले आहे. अशा तऱ्हेने शरीराला कोणतेही क्लेश न देता फक्त कणा ताठ ठेवून ध्यानसाधनेला सुरुवात करता येते.

२. सुखासन : तुमचे शरीर जर थोडे अधिक लवचिक असेल तर तुमच्याकरता योग्य अशी ही दुसरी बैठक आहे. तिला सुखासन असे म्हटले जाते. यात एखाद्या पाटावर वा चौरंगावर किंवा फरशीवर साधी मांडी घालून बसावे. आकृतीत दाखवल्याप्रमाणे डाव्या गुडघ्याखाली जमिनीवर उजवे पाऊल व उजव्या गुडघ्याखाली जमिनीवर डावे पाऊल राहील. एखाद्या रजईची घडी खाली ठेवून त्यावर बसल्यास गुडघे किंवा घोट्यांवर जास्त दाब येणार नाही. तुमची ध्यान साधनेची बैठक फार घट्ट वा फार डळमळीतही नसावी, पण ती ठाम असली पाहिजे. बसावयाचे आसनही फार उंच नसावे, नाहीतर त्याचाही त्रास होऊ शकतो.

सुखासन

जर तुमचे पाय आणि मांड्या दोन्हींत लवचिकता नसेल, तर तुमचे गुडघे जमिनीपासून बरेच वर राहातील. लवचिकतेसाठी आधी थोडे शरीर ताणले जाईल व त्यात उबदारपणा येईल. असे छोटे-छोटे व्यायाम केल्यास त्याने लवचिकता वाढून ध्यानसाधनेच्या बैठकीत बसणेही सुखावह होते. यासाठी जी बैठक तुम्ही निवडाल तिचा नियमितपणे सराव ठेवा आणि नवनवीन स्थितीत बसून पाहाण्याचे प्रयोग सतत करू नका. एकाच आसनाचा सराव ठेवल्यास काही काळाने त्या आसनात आरामशीर व स्थिर बसता येते.

३. **स्वस्तिकासन :** या आसनात आरामशीरपणे जे बसू शकतात त्यांना या आसनाचे खूप फायदे मिळतात. तुमचे पाय जर बऱ्यापैकी लवचिक असतील तर ध्यानसाधनेला जास्त वेळ बसण्यासाठी हे आसन जास्त सुखकारक ठरते. या आसनात बसल्यावर त्याचा पाया अधिक रुंद होत असल्याने शरीराचे वजन थेटपणे फरशीवरच पडते व त्यामुळे शरीराचे डोलणे व इतर हालचाली कमी होऊन आसन अधिक स्थिर होते. स्वस्तिकासनात गुडघे पावलांवर न राहाता थेट फरशीवरच ठेवले जातात, त्यामुळे घोट्यांवरही कमी दाब येतो.

सुखासन

स्वस्तिकासनाचा सराव

करण्यासाठी प्रथम तुम्ही तुमच्या ध्यानसाधनेच्या ठरावीक जागेवर आरामशीरपणे बसावे. नंतर डावा पाय दुमडून उजव्या मांडीला टेकवून ठेवावा. ते पाऊल उजव्या मांडीच्या आतील भागास अगदी सपाटपणे चिकटवून ठेवावे. नंतर उजवा पाय दुमडून त्याचे पाऊल डाव्या पोटरीवर हलकेच ठेवावे. तळवा डाव्या मांडीला टेकवून ठेवावा. पावलाचा वरचा भाग मांडी व पोटरीच्या मागच्या बाजूच्या मध्ये हलकेच ठेवून बोटे आत ठेवावीत. शेवटी डावे पाऊल उजव्या मांडीच्या व पोटरीच्यामध्ये हळूच ओढून घ्यावे, दोन्हींमधून पायाचा अंगठा दिसत राहावा. यातून एक समप्रमाण व स्थिर बैठक तयार होते, जी ध्यानसाधनेसाठी अतिशय परिणामकारक ठरते. स्वस्तिकासनाचे वरील वर्णन जरी गुंतागुंतीचे वाटले, तरी त्या सूचना नीटपणे अमलात आणल्यास ते अवघड नाही.

तुम्हाला स्वतःला आरामदायी वाटेल अशी बैठक वा आसन शोधून काढणे.

सुरुवातीला पायांमध्ये लवचिकता नसल्यास स्वस्तिकासन सुखदायी वाटणार नाही. तुम्हाला जसे सोईचे वाटेल, त्यानुसार मांडी घालून बसले तरी चालते, फक्त ते आसन स्थिर असले पाहिजे, तुम्ही हलता-डुलता कामा नये. तुम्ही ध्यानसाधनेची सुरुवात मैत्रीआसनानेही करू शकता. इथे लक्षात ठेवण्याची गोष्ट म्हणजे, पाय कसे आणि कुठल्या स्थितीत ठेवावे यापेक्षा डोके, मान व इतर शरीर एका रेषेत

असणे म्हणजे कणा ताठ, सरळ असणे हे अधिक महत्त्वाचे आहे.

पाठीच्या स्नायूंची समस्या

हल्लीच्या – आधुनिक लोकांच्या बसण्याच्या, चालण्याच्या सवयी चांगल्या नसल्याने शरीराची ठेवण नीट राहात नाही. त्यामुळे पाठीच्या कण्याच्या स्तंभाला आधार देणारे स्नायू अर्धविकसित राहातात, आणि वयाबरोबर कणा वाकत जातो, त्यामुळे शरीरास विरूपता येते. जेव्हा तुम्ही ध्यानसाधनेसाठी काही वेळ स्वस्थ बसायला सुरुवात करता, तेव्हा तुमच्या लक्षात येईल की, मध्येच तुम्ही एकदम पुढे झुकत असता. पाठीचे स्नायू सशक्त नसल्यामुळे असे होते.

जर तुम्ही दिवसभर बसताना,चालताना, उभे राहाताना तुमच्या शरीराच्या स्थितीकडे नीट लक्ष दिलेत तर ही समस्या तुम्ही लवकरच सोडवू शकाल. जेव्हा-जेव्हा तुम्ही पुढे झुकताय असे तुमच्या लक्षात येईल, तेव्हा लगेच पाठीचा कणा ताठ करावा. असे केल्यास पाठीचे स्नायू त्यांचे काम योग्य प्रकारे करू लागतील.

अशी पाठीची अयोग्य ठेवण असलेले काही विद्यार्थी विचारतात की, 'ध्यानसाधना करताना आधारासाठी त्यांनी भिंतीला टेकून बसावे का? सुरुवातीला योग्य, सरळ, ताठ ठेवण विकसित करण्यासाठी किंवा तुम्ही ताठ बसताय ना, हे तपासण्यासाठी असे टेकून बसण्यास हरकत नाही, परंतु कायमसाठी अशा आधाराची सवय लावून घेऊ नये. सुरुवातीपासूनच तुमच्या ठेवणीविषयी लक्षपूर्वक जागरूकता

बाळगणे केव्हाही अधिक चांगले. पाठीचा कणा व्यवस्थित ताठ असेल तर तुम्ही हात फिरवून बघितल्यास पाठीचे मणके बाहेर आल्यासारखे हाताला लागणार नाहीत.

बसण्याची स्थिती अधिक आरामदायक करण्यासाठी सूचना

बऱ्याच लोकांना एखाद्या रजईची जाड घडी खाली ठेवून त्यावर बसणे अधिक सोपे वाटते, तर काहीजण फक्त नितंबांखाली एखादी जाड उशी ठेवून फरशीवर बसणे पसंत करतात. त्यामुळे तिथल्या सांध्यांवर व गुडघ्यांवर येणारा दाब कमी होतो व त्यामुळे खाली बसणे बरेच आरामदायक होते, आणि त्यामुळे कणाही बरोबर सरळ रेषेत राहतो.

जसजशी आपली लवचिकता वाढत जाते व आपल्याला अधिक आरामदायक वाटू लागते, तसतशी जाड उशीची किंवा रजईच्या घडीचीही गरज भासेनाशी होऊन हळूहळू साधे फरशीवर बसणेच आपल्याला आरामदायक वाटू लागते, परंतु कणा ताठ ठेवणे आणि तो वाकून आपली ठेवण बिघडू न देणे हे कायमच अतिशय महत्त्वाचे असते. सोशिक, शांत राहून आपली बसण्याची पद्धत सुधारत राहिले पाहिजे. हळूहळू आपले शरीर अधिक लवचिक होत जाते व आपण अधिक काळ आरामशीरपणे खाली बसू शकतो.

शरीर ताणण्याचे व्यायाम व योगासने ही शरीराच्या लवचिकतेसाठी व ध्यानसाधनेच्या आरामदायी बैठकीसाठी अत्यंत लाभदायक ठरतात. ■

श्वसनाचे व्यायाम

प्राणायामाचे अनेक प्रकार आहेत. खालील प्रकार नवशिक्यांसाठी खूप महत्त्वाचे आहेत.

संपूर्ण श्वसन

या प्रकारामुळे फुफ्फुसांची क्षमता वाढण्यास मदत होते, आणि शिवाय, हा मनाला व शरीराला ऊर्जा पुरवणारा उत्तम व्यायाम आहे. शक्य असल्यास हा प्राणायाम बाहेर मोकळ्या हवेत किंवा निदान उघड्या खिडकीसमोर करावा.

हा प्राणायाम करताना आपण आपल्याला पाण्याचा ग्लास समजावे. तो भरला जात आहे व रिकामा होत आहे अशी कल्पना करावी. जेव्हा तो ओतला जातो तेव्हा तो वरपासून खालपर्यंत रिकामा होतो आणि जेव्हा भरला जातो, तेव्हा खालपासून वरपर्यंत भरत येतो.

तंत्र : आरामात साधे सरळ उभे राहावे.

श्वास आत घेताना आधी फुफ्फुसांचा खालचा भाग, मग मधला

भाग व शेवटी वरचा भाग हवेने भरून घेणे. त्याचवेळी दोन्ही हात वर-वर घेत डोक्यावर नमस्कारासारखे जुळवावेत.

श्वास बाहेर सोडताना आधी फुफ्फुसांचा वरचा भाग, मग मधला भाग व शेवटी खालचा भाग रिकामा करत बाहेर सोडणे व त्याचवेळी दोन्ही हात खाली घ्यावेत.

अशा प्रकारे हा प्राणायाम २ ते ५ वेळा करावा.

श्वासपटलीय प्राणायाम

श्वासोच्छ्वास ही एक जीवनावश्यक, जीवनाधार अशी प्रक्रिया असली तरी आपण ती नीट समजून घेत नाही व अयोग्य पद्धतीने

करतो. पुष्कळसे लोक उथळपणे, व अव्यवस्थितपणे श्वासोच्छ्वास करतात. ही गोष्ट आपल्या श्वसनयंत्रणेच्या नैसर्गिक लयबद्धतेच्या विरुद्ध असते, तर श्वासपटलीय प्राणायामामुळे नैसर्गिक लयबद्ध श्वसनास चालना मिळून शरीर मोकळे, शिथिल होते व मज्जासंस्थेस बळकटी येते. (आकृती पहा.) दीर्घ व नियमित श्वासोच्छ्वास क्रियेला ध्यानसाधनेत अतिशय महत्त्व आहे.

सामान्यत: श्वसन हे दोन प्रकारचे असते, किंवा या दोन्हींचे मिळून संयुक्त असते. छाती व उदरातून केलेले छातीचे श्वसन किंवा उथळ श्वसन – यामध्ये छातीच्या वरच्या भागाची बाह्य दिशेने होणारी हालचाल दिसून येते.

खोल किंवा दीर्घ उदरीय श्वसनामध्ये श्वासपटलाच्या आकुंचनामुळे व खाली येण्यामुळे पोटाची बाह्य दिशेने होणारी हालचाल दिसून येते.

योगासने करणाऱ्यांना तिसऱ्या प्रकारच्या श्वसनाचीही ओळख असते. ते म्हणजे श्वासपटलीय श्वसन. यामध्ये फासळ्यांच्या पिंजऱ्याच्या खालील भागात असणाऱ्या श्वासपटलावर लक्ष केंद्रित केले जाते. योगासने करताना या पद्धतीने श्वसन करायचे असते. या श्वसनपद्धतीमध्ये आणि उदर श्वसनपद्धतीमध्ये घोटाळा मात्र करता कामा नये. या श्वसनपद्धतीला दीर्घ श्वासपटलीय श्वसनपद्धतीही म्हटले जाते.

श्वासपटलीय श्वसनपद्धतीमधील प्रमुख स्नायू म्हणजे श्वासपटलच

होय. हे श्वासपटल म्हणजे दणकट, आडवा घुमटाकार स्नायू असतो. या पटलामुळे छाती व उदर पोकळी विभागल्या जातात. छातीच्या पोकळीत हृदय व फुफ्फुसे असतात तर उदरपोकळीत पचन, पुनरुत्पादन व मलोत्सर्जनाचे अवयव असतात.

श्वास आत घेताना श्वासपटल आकुंचन पावून लहान होते.त्यामुळे ते खालच्या बाजूस ढकलले जाते व त्यामुळे उदरपोकळीच्या वरच्या भागाचे स्नायू शिथिल होऊन थोडे विस्तार पावतात, आणि खालच्या बाजूच्या मोकळ्या (हलत्या) फासळ्या थोड्या बाहेरच्या बाजूस उचलल्या जातात. या स्थितीत फुफुफसेही विस्तार पावून तेथे अंशत: पोकळी निर्माण होते व त्यामुळे छातीच्या या खळग्यात हवा ओढली जाते.

श्वास बाहेर सोडताना श्वासपटल शिथिल होते आणि त्याच्या मूळच्या घुमटाकार स्थितीत येते. या हालचालीच्या वेळी उदर-पोकळीच्या वरच्या भागातील स्नायू आकुंचन पावतात आणि कर्ब-वायू फुफ्फुसांमधून बाहेर ढकलला जातो.

या श्वासपटलीय प्राणायामाचे तीन महत्त्वाचे परिणाम शरीरावर होतात :

* उथळ श्वसनपद्धतीच्या उलट या पद्धतीत फुफ्फुसे हवेने पूर्णतया भरली जातात व त्यामुळे शरीराला भरपूर प्राणवायू मिळतो.
* श्वसनक्रियेतून निर्माण झालेले टाकाऊ पदार्थ (दूषित द्रव्ये)

व कर्ब-वायू या श्वसनपद्धतीमध्ये बाहेर ढकलले जातात, तर उथळ श्वसनपद्धतीत कर्बवायू पूर्णपणे बाहेर ढकलला न गेल्यामुळे फुफ्फुसांमध्ये त्याचा थोडा अंश राहिल्याने थकवा व अस्वस्थता जाणवते.

* श्वासपटलाच्या वर-खाली अशा होणाऱ्या हालचालीमुळे उदरातील अवयवांना हलके मालीश होते. त्यामुळे त्या अवयवांमधील रक्ताभिसरण वाढून त्यांचे कार्य अधिक चांगले होते.

श्वासपटलीय प्राणायामामध्ये किमान प्रयत्नात अधिक प्रमाणात हवा आत घेतली जाते. त्यामुळे ही श्वसनाची सर्वात कार्यक्षम पद्धत आहे.

तंत्र : पाठीवर उताणे झोपून, पायामध्ये आरामदायक अंतर ठेवावे. डोळे हलकेच मिटावेत. एक हात पोटाच्या वरच्या भागावर व दुसरा छातीवर ठेवावा.

सावकाशपणे, सुरळीतपणे व नियमितपणे नाकपुड्यांनी श्वास घ्यावा व सोडावा. श्वासोच्छ्वास करताना त्यात आवाज, हिसके किंवा खंड नसावा. श्वास आत घेताना उदराच्या वरच्या भागाचे स्नायू विस्तार पावतात व खालच्या मोकळ्या फासळ्या किंचित बाहेरच्या बाजूस उचलल्या जातात त्याकडे लक्ष ठेवावे. श्वास आत घेताना छातीची हालचाल होऊच नये किंवा अगदी थोडी व्हावी.

या प्राणायामाचा रोज ५ मिनिटे सराव करावा, म्हणजे तुम्हाला

उदराच्या वरच्या भागातील स्नायूंची व श्वासपटलाची हालचाल कशी होते ते नीट समजेल. आपल्या शरीराची रचना श्वासपटलीय श्वसन केले जावे अशा तऱ्हेनेच केलेली असते. आपण ते विसरूनच गेलेलो असतो. हळूहळू हे श्वसन ही आपल्यासाठी पुन्हा एक स्वाभाविक क्रिया व्हायला हवी.

■

ध्यानसाधनेसाठी सर्वात विश्वसनीय मार्गदर्शक

इ.स.पूर्व ५०० च्या सुमारास महान भारतीय ऋषी पतंजली यांनी आयुष्यासंबंधी एक प्रबंध-ग्रंथ लिहिला. त्यात एकूण १९६ सूत्रे आहेत. या अभिजात ग्रंथात प्रकांड पांडित्याच्या तत्त्वज्ञानविषयक संकल्पना बीजरूपात संक्षिप्त करून सांगितल्या आहेत. ज्याला आपण आयुष्य म्हणतो, त्या सर्व प्रक्रियेचे वर्णन त्यात आहे. आपल्याला दुःखे का भोगावी लागतात, आणि आपल्या खऱ्या व नैसर्गिक 'स्व-रूपा'कडे परत फिरून निर्मळ आनंदात आयुष्य कसे जगावे हे सर्व त्यात ग्रथित केले आहे. या अभिजात ग्रंथामुळे भ्रमाचा (भासमयतेचा, मायेचा) पडदा फाडला जाऊन 'सत्या'ची झलक आपल्याला दिसते.

या अभिजात ग्रंथाचा लेखक पतंजली मुनी असला, तरी त्यातील सर्व ज्ञान, माहिती ही त्याने इतर अनेक विद्वान ऋषीमुनी, योगी व ध्यानसाधक या सर्वांकडून घेऊन किंवा त्यांच्या ग्रंथांमधून घेऊन या ग्रंथात ग्रथित केली आहे. यामध्ये आयुष्याच्या स्वरूपाचा सारांश व

आध्यात्मिक जागरूकता/ वैश्विक जाणीव कशी प्राप्त करून घेता येईल याबद्दल मार्गदर्शन केलेले आहे.

आपल्या मनात सतत उठणाऱ्या विचार-लहरीच आपल्याला आपल्या खऱ्या 'स्वरूपा'शी सुसंवादित्व राखून जगण्यात अडथळा ठरतात, असे पतंजली मुनी सांगतात. आपल्या या विचार-लहरींबरोबर आपण एकरूप होतो आणि अशा प्रकारे आपल्या 'खोट्या (चुकीच्या)स्वरूपा'तच आपण जगत असतो. यालाच आपण 'अहं' म्हणतो. जेव्हा मन स्तब्ध, निश्चल असते, तेव्हा आपले 'खरे स्वरूप' म्हणजेच आपली 'उच्च जाणीव' अग्रभागी येते. ही एक संथ गतीने चालणारी प्रक्रिया आहे, ज्यासाठी मन स्तब्ध, निश्चल ठेवण्याचा सराव व त्याचे उपयोजन यासाठी अनेक वर्षे घालवावी लागतात.

पतंजली मुनींची काही निवडक सूत्रे खाली दिली आहेत. ध्यान-साधकांचा आयुष्याबद्दलचा दृष्टिकोन आणि अंतिम ज्ञानाची निर्भेळ, संपूर्ण आनंदाची स्थिती कशी प्राप्त करून घ्यावी हे त्यात पतंजली मुनींनी स्पष्ट करून सांगितले आहे. त्यावरून त्यांची प्रगल्भ बुद्धिमत्ता आणि इतक्या महत्त्वाच्या, मोठ्या गोष्टी सोप्या करून थोडक्यात सांगण्याची हातोटीही दिसून येते.

सूत्र १ : मनातील बदलांना प्रतिबंध म्हणजे योग.

इथे बदल याचा अर्थ वेगवेगळ्या प्रकारच्या विचार-लहरी किंवा मनाची स्तब्धता ढळवणारी कुठलीही गोष्ट.

सूत्र २

नंतर तो द्रष्टा त्याच्या स्वतःच्या मूळ स्वरूपात स्थिरावला. जेव्हा विचारलहरी नाहीशा होतात, तेव्हा द्रष्ट्याला स्व-रूपाचे आकलन होते आणि तो स्वतःच्या खऱ्या व नैसर्गिक (स्वाभाविक) स्वरूपाशी सुसंवादित्व राखून जगू लागतो.

सूत्र ३

इतर स्थितींमध्ये द्रष्ट्याचे मनातील बदलांबरोबर विलिनीकरण (एकीकरण) होते.

जेव्हा आपण आपल्या खऱ्या स्वभावानुसार जगत नसतो तेव्हा आपण आपल्या विचारांबरोबर एकरूप झालेले असतो, परंतु आपले विचार आपल्या भूतकाळातील परिस्थितीनुसार घडलेले असल्याने ते आपले खरे स्वरूप नसते.

शेवटचे सूत्र

हे शेवटचे सूत्र सांगते की, ध्यानसाधनेच्या 'अंतिम स्थितीत' अंतिम ज्ञानाची प्राप्ती होते, आणि आपण आपल्या 'खऱ्या स्वरूपा' नुसार जगत असलो तरच हे घडून येते. आपले खरे स्वरूप म्हणजेच

शुद्ध जाणीव होय.

आपले विचार दडपून टाकावेत असे काही पतंजली मुनी सांगत नाहीत. मनाला बळजबरीने स्तब्ध, निश्चल करण्याचा उपयोग तर होत नाहीच, उलट त्याने अधिक समस्या निर्माण होतात. विचार-लहरी कमी करण्यासाठी फक्त दोन मार्ग आहेत यावर सर्व द्रष्ट्या लोकांचे एकमत आहे. एक मार्ग म्हणजे, स्वत:ला त्या विचारांपासून अलिप्त ठेवून निष्क्रीयपणे त्या विचारांचे निरीक्षण करणे आणि दुसरा म्हणजे ज्यात आपण मन एकाग्र करतो अशी ध्यानसाधना.

■

ताण-तणाव विसरा, कणखर बना

ताण-तणाव कमी करण्यासाठी उपयुक्त सूचना

आयुष्यात घडत असलेल्या बदलांमुळे काही वेळा खूप ताण-तणाव साठून येतात. खाली काही साध्या, व्यावहारिक शहाणपणाच्या कृतीयोजना दिलेल्या आहेत. त्या प्रत्यक्षात उतरवून आपण मानसिक, शारीरिक आणि भावनिक ताण-तणावांचे निर्मितीक्षम आणि परिणामकारक ऊर्जेमध्ये रूपांतर करू शकतो.

* स्वत:साठी, एकटं राहाण्यासाठी नियमितपणे वेळ काढा, आणि त्या वेळात तुमच्या मनाचं काय म्हणणं आहे ते ऐकत जा. तुमचे हेतू, उद्देश तपासून बघा. तुमची उद्दिष्टे, उपक्रम वा कार्य यांचे पुन्हा पुन्हा मूल्यांकन करत राहा.

* तुमचं आयुष्य साधं-सरळ बनवा! क्षुल्लक गोष्टी सोडून देण्यापासून सुरुवात करा. किरकोळ गोष्टींचा विचार करण्यात वेळ घालवू नका.

* वरचेवर दीर्घ श्वसन करत चला. विशेषत: फोनवर बोलताना,

वाहन चालवताना किंवा कशाची तरी/ कुणाची तरी वाट पाहात असताना. मोकळं (relaxed) होण्यासाठी व नवीन जोम (ऊर्जा) मिळवण्यासाठी मिळणारी प्रत्येक संधी घ्या.

* रोज तुम्हाला आनंद मिळेल असं, तुम्हाला करायला आवडत असेल असं काहीतरी फक्त स्वत:साठी करायचं ठरवा.

* जेव्हा तुम्हाला कशाची तरी काळजी वाटत असेल, तेव्हा तुमच्या विश्वासातल्या एखाद्या व्यक्तीशी त्याबद्दल बोलून मन मोकळं करा किंवा तुमच्या भावना लिहून काढा.

* जेव्हा तुम्हाला कोणीतरी एखादी गोष्ट करायला सांगतं आणि तुम्हाला ती गोष्ट करायला आवडत नसेल किंवा करायची नसेल, तेव्हा गोड शब्दात पण ठामपणे 'नाही' सांगा.

* नियमितपणे व्यायाम करा! शरीर ताणले गेल्यामुळे ताण-तणाव कमी होतात.

* लक्षात ठेवा, एखादे 'अप्रिय' काम ताबडतोब करून टाकणे केव्हाही चांगले. ते कसं करायचं अशी काळजी दिवसभर करण्यापेक्षा ते लगेच करून टाकल्यास ऊर्जेची बचत होईल.

* निसर्ग-सान्निध्यात, आपल्या आवडत्या लोकांबरोबर आणि लहान मुलांबरोबर वेळ घालवण्यासाठी सवड काढा. शहरातसुद्धा ऋतूनुसार होणारे बदल लक्षात घेणे किंवा बाल्कनीतून येणाऱ्या-जाणाऱ्या लोकांचे चेहरे न्याहाळणे अशा गोष्टींनी मनोरंजन होते.

* जाणीवपूर्वक एका वेळी एकच काम करायचा सराव करा, आणि एखादे काम करताना त्यावर मन पूर्णपणे केंद्रित करा. जे काम करत असाल ते सावकाशपणे, हेतुपूर्वक आणि त्या कामाबद्दल अधिक जाणीव व आदर ठेवून करा.

* गत गोष्टींबद्दल अपराधीपणा वाटून घेत किंवा भवितव्याची काळजी करत वर्तमानातलं बहुमोल आयुष्य वाया घालवू नका.

* शिथिलतेची (relaxation) विविध तंत्रे शिकून घ्या आणि रोज नियमितपणे एकाचा तरी सराव करत जा.

* एखादे वेळी काही गोष्टी अशा घडतात की, आपल्याला संताप येतो. अशा वेळी आपण स्वतःलाच विचारावे, "यावरून मी काय शिकू शकते/शकतो?" आपण ज्या गोष्टींवर/व्यक्तींवर संतापता, ती गोष्ट अशी व्हायला हवी होती, किंवा त्या व्यक्तीने असे वागायला हवे/नको होते, अशा आपल्या अपेक्षा असतात, आणि त्या पूर्ण न झाल्यानेच आपल्याला राग येतो. जेव्हा तुम्ही स्वतःचा, इतरांचा आणि वेगवेगळ्या प्रसंगांचा, परिस्थितींचा जशा आहेत त्या स्थितीत स्वीकार करता, तेव्हाच तुमच्या इच्छेनुसार त्यांच्यात बदल घडवून आणण्यात तुम्ही यशस्वी होता.

* तुम्ही स्वतः, तुमच्याजवळचे लोक व तुमची परिस्थिती हे जसे आहेत, त्यापेक्षा वेगळे असावेत यासाठी तुम्ही या सर्वांवर किती अपेक्षा लादत असता याचे अधिक भान ठेवायला शिका. या अपेक्षांमुळे ताण-तणाव प्रचंड प्रमाणात वाढतो. तेव्हा योग्य तेवढ्याच

अपेक्षा ठेवा आणि ताण-तणाव कमी करा.

* तुमचे रोजचे आयुष्य धावपळीचे असेल, तर तुमच्या कामांचा अग्रक्रम ठरवा आणि जी अत्यंत महत्त्वाची असतील ती आधी करा.

* कामातून वरचेवर आराम करण्यासाठी सवड काढा.

* तुमच्या आयुष्यात कामाबरोबरच मौज-मजा व उत्स्फूर्तता असू द्या. स्वत:साठी चांगलं, वास्तवदर्शी वेळापत्रक तयार करा. कामांच्या गर्दीतही थोडा बदल होईल अशा गोष्टी त्यात असू द्या. अनावश्यक जबाबदाऱ्यांचे ओझे उतरवून टाका.

* स्मितहास्य करा, मोठ्याने हसा, काळजी करणे सोडून द्या आणि अधिक आनंदी राहा.

* आपल्या जबाबदाऱ्या इतरांबरोबर वाटून घ्या.

* तुमच्या साखर, मीठ, कॉफी व मद्यसेवनावर नियंत्रण ठेवा.

* वैयक्तिक आधार-व्यवस्था तयार करा व तिचे जतन करा. या व्यवस्थेत असे लोक असावेत की, ज्यांच्यासमोर 'हळवे' होताना तुम्हाला लाज वाटणार नाही.

* स्वत:शी व इतरांशीही अधिक दयाळूपणे वागा.

* आयुष्यात येणारे बदल हे आपल्याला अधिक शिकण्याची व मोठे होण्याची संधी व आव्हान आहे असे मानून त्यांचे स्वागत करा.

* कधीतरी आकाशातले ढगच बघावेत, कधी पाण्यावरच्या

लाटांकडे पाहात राहावे, कधी संगीताचा आस्वाद घ्यावा तर कधी आजूबाजूचे आवाजच ऐकावेत. आवाजांमधील शांततेचे निरीक्षणही करावे आणि वस्तू-वस्तूंमधील अंतरही कधी ध्यानी घ्यावे.

* आयुष्याच्या या छोट्याशा प्रवासात थांबून फुलांचा सुगंध श्वासात भरून घ्यायलाही विसरू नका!

■

मंत्रोपचाराचा पाया व त्याचे फायदे

मंत्र म्हणजे शब्दावयव, एक शब्द किंवा शब्दांचा समूह असतो. या मंत्रामध्ये प्रचंड आध्यात्मिक शक्ती असते. खूप जुन्या आध्यात्मिक परंपरेतून वर्षानुवर्षे हे मागील पिढ्यांकडून पुढील पिढ्यांना शिकवले गेलेले असतात.

मंत्रजप करणे किंवा एखादा मंत्र परत-परत म्हणण्यामुळे एकाग्रतेच्या क्षमतेत वाढ होते. 'मंत्रजपामुळे हवा तो परिणाम घडवून आणण्यासाठी म्हणणाऱ्याला त्याचा अर्थ कळलाच पाहिजे, असं काही नाही' असं भारतातले थोर ऋषी-मुनी सांगून गेले आहेत. मंत्र फक्त सतत म्हणणे हे आत्मिक उन्नयनासाठी पुरेसे आहे.

मंत्रामुळे अंतर्मनाचे शुद्धीकरण होत असते. जरी त्याचा जप अर्थ न समजता यांत्रिकपणे केला तरीही थोडेतरी मनाचे शुद्धीकरण होतेच. प्रत्येक मंत्र हा देवभक्तीपर असतो आणि त्याचा आशय आणि वैशिष्ट्यही त्या देवासंबंधीच असते. मंत्राचा अर्थ समजून, त्यावर मन एकाग्र करून मंत्रजप केल्यास 'अंतिम ज्ञान' हे नक्कीच लवकर प्राप्त होते.

मंत्रजपाचे लाभ हे आपल्यावरच अवलंबून असतात. आपण मंत्रजप कुठे आणि कसा सुरू करतो, आत्ता आपली परिस्थिती काय आहे, आपलं पूर्वायुष्य कसं होतं आणि आपली इच्छा किती प्रमाणात तीव्र आहे, या सर्व गोष्टींवर हे लाभ होणे अवलंबून असते. जेव्हा तुम्ही मंत्र जप करता तेव्हा तुमच्या पूर्ण अस्तित्वातच सुधारणा होत असते.

मंत्र सतत म्हणत राहिल्याने लगेच मिळणारा लाभ म्हणजे श्वासोच्छ्वासावर नियंत्रण, ज्यामुळे आपण भावनांवरही नियंत्रण ठेवण्याची क्षमता मिळवू शकतो. एक सुरात मंत्र म्हणत असताना आपण आपल्या सर्व भावना त्यात ओतत असतो आणि त्यातून ज्या देवाचा तो मंत्र असतो, त्याला त्या भावना पोहोचवून आपल्याला मदत करायला आळवत असतो. अशा तऱ्हेने आपल्या नकारात्मक भावनांनाही एक प्रकारची मुक्तता मिळत असते. त्या भावना दुसऱ्या कोणावर तरी संक्रमित करण्यापेक्षा, त्या जिथून आल्या, तिथेच परत पोहोचवत असतो. अशा तऱ्हेने सतत मंत्रजप करत राहिल्यास मनात अधिक जागरूकता निर्माण होऊन नकारात्मक भावनांचे सकारात्मक भावनांमध्ये रूपांतर होऊ शकते.

■

ध्यानसाधना :
महत्त्वाचे अंश व सूचना

* आपले मन शांत करण्यासाठी आणि आपले खरे 'स्वरूप' समजून घेण्यासाठी ध्यानसाधना हे एक नैसर्गिक, साधे, सहजतेने करता येण्याजोगे 'तंत्र' आहे. त्यामुळे अंतस्थ शांतता आणि आनंद मिळतो.

* ताण-तणाव, अपयश आणि दु:ख, तसेच शांतपणा, यश आणि आनंद या सर्वांचेच मूळ कारण मनातच दडलेले असल्याने मनाकडे आपले ध्यान वळवणे आणि त्यासाठी वेळ देणे योग्य ठरते. इतर कुठल्याही उपक्रमापेक्षा ध्यानसाधनेचा मनावर अतिशय चांगला, लाभदायक परिणाम होत असतो.

* ध्यानसाधना ही इतकी साधी गोष्ट आहे की, ती कोणीही करू शकते. ती अतिशय नैसर्गिक प्रक्रिया आहे. त्यासाठी कुठलीही औषधे वा उपकरणे लागत नाहीत, आणि ती करण्यासाठी काहीही खर्च येत नाही.

* शिथिलीकरणाच्या (relaxation) तंत्रांपेक्षा ध्यानसाधना हा

अगदी वेगळा प्रकार असतो, कारण ध्यानसाधनेमधील शिथिलीकरणाची पातळी अत्यंत गहन (खोल) असते व त्यामुळे आपली उच्चतम जाणीव आपल्या अंतर्मनात उलगडली (स्पष्ट केली) जाते.

* आपल्याला आपल्या पहिल्या ध्यानसाधनेपासूनच लाभदायक परिणाम जाणवू लागतात, आणि हे परिणाम साठत जाणारे असल्याने काळ जाईल तसतसे आपल्याला अधिकाधिक लाभ दिसून येऊ लागतात.

* ध्यानसाधनेमुळे कुठल्याही ऐहिक, भौतिक गोष्टींचा आनंददेखील आपण अधिक मनसोक्तपणे घेऊ लागतो, पण आपला आनंद हा बाह्य गोष्टींवर अवलंबून नसतो, कारण आपण अंतर्मनातूनच अधिक आनंदी झालेले असतो.

■

ध्यानसाधना कशासाठी?

शास्त्रज्ञ ध्यानसाधनेची व्याख्या अशी करतात की, 'ही एक विश्रांत जागरूकतेची स्थिती असते, ज्यात मन शिथिल (relaxed) तरीही जागरूक असते.'

'जाणिवेची ध्यानस्थ स्थिती' असेही या स्थितीला म्हटले जाते, कारण आपल्या जागेपणीच्या किंवा झोपेतल्या जाणिवेपेक्षा ही स्थिती वेगळीच असते.

मन हेच आनंदाचा किंवा दु:खाचा स्रोत असल्याने ताण असो वा मानसिक संयमशीलता, आजारपण किंवा आरोग्य, अपयश अथवा यश – मनाकडे लक्ष देणे आवश्यकच असते. डॉक्टर्ससुद्धा मान्य करतात की, ७०% रोग हे मनोकायिक म्हणजेच मनातून निर्माण झालेले असतात. तेव्हा प्रत्येक दहा आजारी माणसांमधली सात माणसे मनोकायिक विकारांनी ग्रस्त असतात. ते विकार भीतीने, काळजीने, संतापामुळे वा मत्सर किंवा इतर नकारात्मक भावनांमुळे उद्‌भवलेले असतात.

एकदा आपण ध्यानसाधना सुरू केली की आपण अधिक शांत,

स्थिर व अविरोधी किंवा कमी प्रतिक्रियावादी होतो. या सर्व गुणांमुळे आपण आयुष्य अधिक कार्यक्षमतेने व संघर्ष अथवा तणावाशिवाय जगू लागतो.

चिंता व धास्तीमुळे आपली ऊर्जा वाया जात असते. ताणलेले स्नायू, उत्तेजित मज्जातंतू व उत्तेजित मन आपले ऊर्जेचे साठे रिकामे करत असतात. शांत होण्याने तुमची ऊर्जा परत भरून येते.

शांतपणा व उत्साह, चैतन्य या गोष्टी परस्परपूरक असतात. 'चुळबुळे' लोक उत्साही वाटतात, पण ते चिंतायुक्त, तणावपूर्ण ऊर्जेने भारलेले असतात. ही ऊर्जा जेव्हा हळूहळू संपून जाते, तेव्हा हे लोक मनाने थकतात व चिडचिडे होतात.

ध्यानसाधनेचे लाभदायक परिणाम आपल्याला काही थोड्या काळानंतर लगेचच दिसू लागतात. हे परिणाम सूक्ष्म परंतु साठत जाणारे असतात. त्यामुळे दिवसेंदिवस तुमचा ताण कमी-कमी होत जाईल व तुम्ही अधिकाधिक आनंदी होत जाल.

■

ध्यानसाधना आपल्याला वास्तवापासून दूर नेते का?

सर्व नकारात्मक भावना — चिंता, काळजी, पश्चात्ताप आणि अपराधीपणाची भावना यांच्यामुळे आपल्यातील ऊर्जा वाया जाते. त्या भावना म्हणजे काही खरे वास्तव नव्हे. आपल्या मनाला या नकारात्मकतेची इतकी सवय झालेली असते की, या भावना म्हणजेच खरे विश्व असे आपण मानत असतो.

परंतु जगण्याचा याहून अधिक चांगला व शांततापूर्ण मार्ग आहे. जेव्हा आपल्या उच्चतम जाणिवेला या नकारात्मक वास्तवातून आपण बाहेर आणू शकतो, तेव्हा हे 'दुसरे वास्तव' ही दृग्गोचर होते, आणि हे सर्व आपण ध्यानसाधनेतून जेव्हा मनाला शांत करतो तेव्हाच शक्य होते.

सर्व आयुष्यभर आपण दोन जड ओझी वाहात असतो. भूत-काळातील विचार व पश्चात्ताप आणि भविष्यकाळाची चिंता व अपेक्षा. प्रत्येक क्षणाला ही ओझी आपल्याला निराश करत असतात. ध्यानसाधनेमुळे हे वास्तव आपण समजू शकतो, आणि आपल्या

रक्तात भिनलेले आणि मनावर बिंबवलेले हे नकारात्मक विचार व भावना यापासून मुक्तता मिळवू शकतो.

■

ध्यानसाधनेमुळे जाणीव विस्तृत होते का?

जेव्हा ध्यानसाधना करताना विचार-लहरी कमी होतात, तेव्हा उच्चतम जाणिवेने आपले मन भरून जाते.

आपल्या आयुष्याच्या विविध टप्प्यांवर आपल्याला उच्च जाणिवेची झलक अधूनमधून दिसत असते. निखालस, निव्वळ शांतता, निर्भेळ आनंदाच्या भावना इ. अशा तऱ्हेने उच्च जाणीव स्वत:चे अस्तित्व जाणवून देत असते, पण आपली मने सतत विचारांच्या पातळीवरच राहात असल्याने असे क्षण फार दुर्मिळ असतात.

अशा तऱ्हेने जेव्हा आपले मन अनेकानेक विचारांनी भरलेले असते, तेव्हा आपल्या निसर्गदत्त बुद्धिमत्तेवर बंधने पडलेली असतात.

■

ध्यानसाधना म्हणजे सर्व गोष्टींवरील मालकी हक्क सोडून देणे?

अर्थातच, तुम्हाला कुठल्या ना कुठल्या वस्तू आवडणार आणि तुम्ही त्या विकतही घेणार! पण त्यांच्याकडे बघण्याचा तुमचा दृष्टिकोन सुदृढ अलिप्ततेचा असेल. तुम्ही त्यांची सेवा करणार नाही तर त्या वस्तू तुमची सेवा करतील. तुम्हाला घ्यायला परवडणार नाहीत अशा वस्तू घ्यायची हाव तुमच्यात राहाणारच नाही कारण या वस्तूंकडे बघण्याचा तुमचा दृष्टिकोनच बदलला असेल. त्यामुळे शेजाऱ्या-पाजाऱ्यांशी बरोबरी करण्यासाठी वस्तू खरेदी करणं हा प्रकारही बंद होईल. अनावश्यक वस्तू खरेदी करण्याची तुम्हाला इच्छाच होणार नाही.

जेव्हा तुमचे ताण-तणाव कमी होतात आणि तुम्ही तुमच्या उच्च जाणिवेचा अधिक वापर करून त्यानुसार जगू-वागू लागता, तेव्हा तुम्हाला प्रत्येक गोष्ट अधिक आनंददायी वाटू लागते – अगदी दैनंदिन वापरातल्या गोष्टीदेखील! जर तुम्हाला आतून, अंतर्मनातूनच बरं वाटत नसेल, तर तुम्ही या बाह्य जगातल्या भौतिक गोष्टींचा

आनंद कसा घेऊ शकाल?

ध्यानसाधनेचा संपूर्ण पायाच हा आहे की, तुम्ही तुमचे जीवन अधिक आनंदाने जगावे! ध्यानसाधनेची रमणीयता अशी आहे की, त्यामुळे तुम्ही अंतर्मनातूनच अधिक आनंदी होता, मग तुम्ही इहवादी (materialistic) असा अथवा नसा. तुमचा आनंद मग बाह्य-घटकांवर अवलंबून राहात नाही. त्यामुळे तुम्हाला नुसता आनंदच नव्हे तर सर्व नकारात्मक भावनांपासून मुक्तीही मिळते.

तेव्हा, आनंद हा आपल्या आतून येत असतो हे लक्षात ठेवा. आणि जोपर्यंत तुम्ही तुमचं लक्ष अंतर्मनाकडे वळवत नाही, तोपर्यंत तुम्ही ताणाखाली आणि दुःखीच राहाणार, मग तुम्ही श्रीमंत असा की गरीब!

■

चला जाणून घेऊ या!

योगविद्या

लेखक

ललिता शर्मा

अनुवाद

मंगेश कश्यप

योगशास्त्र ही भारतीयांनी विश्वाला दिलेली अमूल्य अशी देणगी आहे. या शास्त्रात मानवाच्या सर्वांगीण आरोग्याचा तसेच शुचिता, सबलता व मन:शांतीचा सखोल विचार केला आहे.

या पुस्तकात योगशास्त्रातील शारीरिक, मानसिक स्वास्थ्य टिकवण्यासाठी व कार्यक्षमता वाढवण्यासाठी उपयुक्त अशा विविध आसनांची आकृत्यांसह माहिती दिली आहे. तसेच प्रत्येक आसनाचा उपयोग व कोणत्या आजारात कोणती आसने करावीत याचे पद्धतशीर विवेचन केले आहे.

या पुस्तकातील साध्या सोप्या पद्धतीने सांगितलेल्या आसनांचा अंगिकार केल्याने आपल्या कित्येक तक्रारी नाहीशा होतील व आपली कार्यक्षमताही वाढेल अशी खात्री वाटते.

चला जाणून घेऊ या!

रिलॅक्सेशन

लेखक

विकास मलकानी

अनुवाद

मीना टाकळकर

वेगाने बदलणाऱ्या काळाशी जुळवून घेताना ताणतणावाला सामोरं जावं लागतं, तो टाळताच येत नाही.
मात्र 'ताण' ही एक विधायक बाब आहे हे लक्षात घेतलं, तर ताणमुक्त जीवन जगणं सहजशक्य आहे.
या ताणाशी कसं जुळवून घ्यावं हे सांगणारं पुस्तक.